ശാന്താ പി നായർ

കെ പത്മനാഭൻ നായർക്കൊപ്പം

santha p nair k padmanabhanairkoppam

•

j m raju

•

first edition
february 2019

•

published
chintha publishers, thiruvananthapuram

•

typesetting
star communications, thiruvananthapuram

•

cover
vinod

വിതരണം

ദേശാഭിമാനി ബുക്ക് ഹൗസ്

H O തിരുവനന്തപുരം-695 035
phone: 0471-2303026, 6063026
www.chinthapublishers.com
chinthapublishers@gmail.com

ബ്രാഞ്ചുകൾ

ഹെഡ്ഡാഫീസ് ബ്രാഞ്ച് കുന്നുകുഴി • സ്റ്റാച്യു തിരുവനന്തപുരം • കെ എസ് ആർ ടി സി ബസ് സ്റ്റേഷൻ ആലപ്പുഴ • കെ എസ് ആർ ടി സി ബസ് സ്റ്റേഷൻ എറണാകുളം • മച്ചിങ്ങൽ ലെയ്ൻ തൃശൂർ • ഐ ജി റോഡ് കോഴിക്കോട് • മാവൂർ റോഡ് കോഴിക്കോട് • എൻ ജി ഒ യൂണിയൻ ബിൽഡിങ് കണ്ണൂർ • സെൻട്രൽ ബസ് ടെർമിനൽ കോംപ്ലക്സ് താവക്കര കണ്ണൂർ

CO - 2747 / 4941
ISBN - 978-93-88485-19-7

ശാന്താ പി നായർ

കെ പത്മനാഭൻ നായർക്കൊപ്പം

ജെ എം രാജു

ചിന്ത പബ്ലിഷേഴ്സ്
തിരുവനന്തപുരം-695 035

ജെ എം രാജു

എറണാകുളത്ത് 1943 ൽ ജനനം. സെന്റ് ആൽബർട്ട്സ് ഹൈസ്കൂളിൽ സ്കൂൾഫൈനൽ വിദ്യാഭ്യാസം. സെന്റ് ഫ്രാൻസിസ് അസീസി കത്തീഡ്രലിനോട് ചേർന്നുള്ള അസീസി ക്ലബ്ബിൽനിന്ന് സംഗീതത്തിന്റെ തുടക്കം. തുടർന്ന് ആസാദ് ആർട്ട്സ് ക്ലബ്ബിലെ പാട്ടുകാരൻ. 1967 ൽ സിനിമാ മോഹവുമായി മദിരാശിയിലേക്ക് ചേക്കേറി. കുറച്ചു സിനിമകളിൽ പാടിയെങ്കിലും 1970 ൽ ക്രിസ്റ്റ്യൻ ആർട്ട്സ് ആന്റ് കമ്യൂണിക്കേഷൻസ് എന്ന സ്ഥാപനത്തിൽ പ്രവേശിച്ചതോടെ ജീവിതം പുതിയ വഴിത്തിരിവിൽ. ശ്രീലങ്കാ പ്രക്ഷേപണ നിലയത്തിലൂടെ ഏഷ്യയിലുടനീളമുള്ള മലയാളികളുടെ പ്രിയപ്പെട്ട പ്രക്ഷേപകനായി. പിന്നണി ഗായിക ശാന്താ പി നായരുടെയും പ്രക്ഷേപകനും സാഹിത്യകാരനും തിരക്കഥാകൃത്തുമായ കെ പത്മനാഭൻ നായരുടെയും ഏകമകളും ഗായികയുമായ ലതയെ 1974 ൽ വിവാഹം ചെയ്തു. 1976 മുതൽ വിദേശങ്ങളിൽ സംഗീത പരിപാടികൾ അവതരിപ്പിച്ചു തുടങ്ങി. വോയ്സ് ആന്റ് വിഷൻ ഓഡിയോ വീഡിയോ സ്റ്റുഡിയോകളുടെ ഉടമ. മദിരാശിയിൽ സ്ഥിരതാമസം.

മകൾ അനുപമ രാജു തിരുവനന്തപുരം ടെക്നോ പാർക്കിൽ യു എസ് ടി ഗ്ലോബലിൽ കോർപ്പറേറ്റ് ട്രെയ്നർ. ഐ ടി ബിരുദധാരിയായ മകൻ ആലാപ് രാജു തമിഴ് ചലച്ചിത്ര പിന്നണി ഗായകൻ.

വിലാസം : 6, രത്നമ്മാൾ സ്ട്രീറ്റ്
രങ്കരാജപുരം
കോടമ്പാക്കം
ചെന്നൈ 600 024

ഫോൺ : 9840446846

ഉള്ളടക്കം

സമർപ്പണം

ശ്രീമാൻ ശ്രീമതി

ഇ എം ജോസഫ് വെണ്ണിയൂർ

ഇന്ദിരാ ജോസഫ് വെണ്ണിയൂർ

പ്രസാധകക്കുറിപ്പ്

"തുമ്പി തുമ്പീ വാ..."

മലയാളക്കര കരളുകൊണ്ടു കേട്ട പാട്ടായിരുന്നു അത്. 1953 ൽ പുറത്തിറങ്ങിയ *തിരമാല* എന്ന ചിത്രത്തിലെ ആ ഗാനം ഇന്നും മലയാളികൾ കേൾക്കുന്നു. ഏറ്റുപാടുന്നു. വാസന്തരാവിന്റെ വാതിൽ തുറന്നുവന്ന ആ ശബ്ദമാധുരിയുടെ ഉടമ ശാന്ത പി നായരായിരുന്നു. ഗായികയായ ശാന്തയും പ്രക്ഷേപകനും തിരക്കഥാകൃത്തും സംവിധായകനും നോവലിസ്റ്റും ഇടതുപക്ഷ പ്രവർത്തകനുമായ കെ പത്മനാഭൻ നായരും ഒരുമിച്ചപ്പോൾ അതൊരു സംഗീത സാഹിത്യ ജീവിതമായി. അവരുടെ മകളാണ് ലത പി നായർ എന്ന അനുഗ്രഹീത ഗായിക. ലതയുടെ ഭർത്താവാണ് ഗായകനും പ്രക്ഷേപകനും എഴുത്തുകാരനുമായ ജെ എം രാജു. ഒരു കാലത്തെ സംഗീതത്തെയും സാഹിത്യത്തെയും പ്രക്ഷേപണ കലയെയും നമ്മുടെ സ്മൃതി പഥത്തിലെത്തിക്കുകയാണ് ജെ എം രാജു ഈ പുസ്തകത്തിൽ.

"കിഴക്കു ദിക്കിലെ ചെന്തെങ്ങിൽ
കരിക്കു പൊന്തിയ നേരത്ത്
മുരിക്കിൻ തയ്യേ നിന്നുടെ ചോട്ടിൽ
മുറുക്കിത്തുപ്പിയതാരാണ്?"

നമ്മെ നോക്കി ഇപ്പോഴും ചോദിച്ചുകൊണ്ടിരിക്കുന്ന ശാന്താ പി നായരുടെ ജീവിതത്തിലേക്കു വെളിച്ചം വീശുന്ന കൃതി.

ചിന്ത പബ്ലിഷേഴ്സ്

അവതാരിക

ഓംചേരി

'അവിസ്മരണീയരായ വിസ്മൃതർ' എന്ന ശീർഷകത്തിൽ ഞാൻ ഒരു ലേഖനമെഴുതിയിരുന്നു. കുറേ കാലത്തിനു മുൻപ്. മറവിരോഗം ഏറ്റവുമധികം ബാധിക്കുന്നത് കാലത്തെത്തന്നെയാണ്. സംഭവങ്ങളുടെയും സംഭാവനകളുടെയും വ്യക്തിത്വങ്ങളുടെയും തിരമാലകൾ നിരന്തരമായി അടിച്ചുകൊണ്ടിരിക്കുമ്പോൾ നേരത്തെ വരച്ചിട്ടതെല്ലാം മാഞ്ഞു മാഞ്ഞു പൊയ്ക്കൊണ്ടിരിക്കുക സ്വാഭാവികമാണ്. അവയെല്ലാം സ്മൃതിയായി വളരെക്കാലം അവശേഷിച്ചെന്നുവരില്ല. സ്മൃതിക്കു തേയ്മാനം വന്നുകൊണ്ടേയിരിക്കും. തേഞ്ഞു തേഞ്ഞു അവസാനം ആധികാരികതയില്ലാത്ത അനാഥകർത്തൃകമായ പഴങ്കഥയാകും. ജലരേഖപോലെ പാടേ അപ്രത്യക്ഷമാവുകയും ചെയ്യും. ഈ അപ്രത്യക്ഷപ്പെടലിലൂടെ പിൻ തലമുറയ്ക്കു നഷ്ടമാകുന്നത് ആ തലമുറയെ അവരാക്കിയ വിലപ്പെട്ട പൈതൃകമാണ്. നഷ്ടം മൺമറഞ്ഞവർക്കല്ല, മണ്ണിൽ ഉള്ളവർക്കും ഉണ്ടാകാൻ പോകുന്നവർക്കുമാണ്.

ഞാൻ അവിസ്മരണീയരായ വിസ്മൃതരെക്കുറിച്ചെഴുതിയപ്പോൾ എന്റെ മനസ്സിലുണ്ടായിരുന്ന ചിലരിൽ ഒന്നാമൻ ഒരു കാലത്ത് ക്യാബിനറ്റ് സെക്രട്ടറിയും മുകളിലുള്ള സെക്രട്ടറി ഓഫ് സ്റ്റേറ്റ് ആയിരുന്ന വി പി മേനോൻ (വാപ്പാല പങ്കുണ്ണി മേനോൻ), രണ്ടാമൻ കോളേജ് പഠനം ഉപേക്ഷിച്ച് സ്വാതന്ത്ര്യ സമരത്തിൽ പങ്കെടുത്ത, ദണ്ഡി മാർച്ചിലും ഉപ്പു സത്യഗ്രഹത്തിലും ഗാന്ധിജിയോടൊപ്പം പ്രവർത്തിച്ച, പിന്നീട് ഡൽഹി പ്രദേശ് കോൺഗ്രസ് അദ്ധ്യക്ഷനായ ഇന്ന് ഔട്ടർ ഡൽഹി എന്ന് അറിയപ്പെടുന്ന പ്രദേശം തെളിച്ചെടുത്ത, അവിടെ ഒരു ഗാന്ധി ആശ്രമമുണ്ടാക്കി അവിടെത്തന്നെ താമസിച്ചുകൊണ്ട് സാമൂഹ്യ രാഷ്ട്രീയ പ്രവർത്തനങ്ങൾ നടത്തി, രണ്ടുതവണ അവിടെനിന്ന് പാർലമെന്റിലേക്കു തിരഞ്ഞെടുക്ക

പ്പെട്ട ഇന്ത്യയിലെ ഏറ്റവും വലിയ നഗര വികസന പദ്ധതിയായ ഡൽഹി ഡെവലപ്മെന്റ് അതോറിറ്റിയുടെ (ഡി ഡി എ) ഉപജ്ഞാതാവായ, അവസാനം നിസ്വനായി, നിരാലംബനായി മൺമറഞ്ഞ സി കൃഷ്ണൻനായർ, ലോകസാഹിത്യചരിത്രം (പത്തിലധികം വാല്യങ്ങൾ) സംഗീത ചിത്രകലാ നിരൂപകനായ (ഇരുപതോളം പുസ്തകങ്ങൾ) വിവിധ വിഷയങ്ങളെക്കുറിച്ചുള്ള പഠനങ്ങൾ ആനുകാലികങ്ങളിൽ എഴുതിയിരുന്ന അഞ്ഞൂറിലധികം പ്രൗഢ ലേഖനങ്ങൾ ഇംഗ്ലീഷിലും മലയാളത്തിലും ഒരുപോലെ പ്രാഗത്ഭ്യം നേടിയിരുന്ന പണ്ഡിതനായ ചിന്തകൻ ഇതെല്ലാമായിരുന്ന കൃഷ്ണചൈതന്യ എന്ന കെ കെ നായർ. നാലാമനും അഞ്ചാമനുമൊക്കെയായി വിസ്മൃതരായ അവിസ്മരണീയർ പലരുമുണ്ട്. ഞാൻ ഇവിടെ പേരെടുത്തു പറഞ്ഞ മൂന്നുപേരെ അറിയുന്നവർ എത്രപേരുണ്ടാകും? ഒരു പക്ഷേ, ഈ അടുത്ത കാലത്ത് ഡൽഹി കേരള ക്ലബ് സംഘടിപ്പിച്ച വിപുലമായ അനുസ്മരണ പരിപാടികളുടെ ഫലമായി വി പി മേനോനെക്കുറിച്ച് കുറെപ്പേർ ഓർമ്മിക്കുന്നുണ്ടാകും. ഇവിടെയാണ് ജീവചരിത്രങ്ങളുടെയും സ്മാരകങ്ങളുടെയും എല്ലാം പ്രസക്തി. സ്മരിക്കപ്പെടേണ്ട വ്യക്തികളെ ഇന്നത്തെ തലമുറയ്ക്കു വേണ്ടി ഓർമ്മിക്കുകയും നാളത്തേക്കു വേണ്ടി പരിചയപ്പെടുത്തുകയും ചെയ്യുമ്പോൾ നമ്മുടെ കൃതജ്ഞതയർഹിക്കുന്നു.

സ്മരണാർഹരായ രണ്ടു വ്യക്തികളെ ഓർമ്മിക്കുകയും സ്നേഹാദരമായി ആ ഓർമ്മ പങ്കുവയ്ക്കുകയും ചെയ്യുന്ന ഒരു സൽകൃത്യത്തെ സ്വാഗതം ചെയ്യാനാണ് ഇത്രയും പറഞ്ഞത്.

കേരളത്തിലെ ഗാനലോകത്ത് ഒരു ശ്രീരാഗമായിരുന്ന ശാന്താ പി നായരെയും രാഷ്ട്രീയ സാംസ്കാരിക രംഗങ്ങളിൽ ത്യാഗോജ്ജ്വലമായ സേവനത്തിന്റെ പ്രതീകമായിരുന്ന കെ പത്മനാഭൻ നായരെയും ഇന്നത്തെ തലമുറയെ ഓർമ്മിപ്പിക്കുകയും നാളത്തേക്കു വേണ്ടി രേഖപ്പെടുത്തിവയ്ക്കുകയും ചെയ്യുന്നത് അവരുടെ മകളും ഗായികയുമായ ലതയുടെ ഭർത്താവും പ്രശസ്ത ഗായകനുമായ ജെ എം രാജുവാണ്. ശാന്താ പി നായരെയും പത്മനാഭൻ നായരെയും വിസ്മൃതി വിമുക്തരാക്കുകയെന്ന സൽകൃത്യത്തിന് രാജുവിനെ അഭിനന്ദിക്കുന്നു. അവിസ്മരണീയരായ എത്രയോ വിസ്മൃതർക്ക് ലഭിക്കാതെ പോയ ഭാഗ്യമാണത്.

മകളുടെ ഭർത്താവായത് കൊണ്ടുമാത്രമല്ല രാജു ഈ ഗ്രന്ഥമെഴുതിയത്. സംഗീതത്തോടുള്ള അഗാധമായ ആത്മബന്ധം ഒരുവശം; റേഡിയോ പ്രക്ഷേപണ കലയിലെ അഗ്രഗാമിയായ ആചാര്യനോടുള്ള ആദരവ് മറുവശം. ഈ രണ്ട് ബന്ധങ്ങളുടെ സംഗമ സൗഭാഗ്യത്തിൽനിന്ന് ഉയിർക്കൊണ്ട ഈ ജീവചരിത്രഗ്രന്ഥത്തിന് അവതാരിക എഴുതുക എന്ന ബഹുമതിക്ക് എന്നെ അർഹനാക്കിയത് രണ്ടുപേരോടും ഇഴയടുപ്പമുള്ള സ്നേഹബന്ധം പുലർത്താൻ അവസരം ലഭിച്ച ആൾ എന്ന നിലയ്ക്കാണ്.

ആകാര സദൃശ പ്രജ്ഞ എന്നതുപോലെ ആകാര സദൃശമായ ശബ്ദം. രൂപത്തിലും ശബ്ദത്തിലുമുള്ള ശാലീനത. ശാന്തയുടെ ഗാനങ്ങൾ ശബ്ദ

ലാവണ്യത്തിന്റെ നിർവ്വചനങ്ങളായിരുന്നു. മദ്ധ്യസ്ഥായിയിലും താരസ്ഥായിയിലും ചിറകു വിരിച്ച് ലയിച്ചുപറക്കുകയായിരുന്നു ആ അനുഗൃഹീത ഗായിക.

കുടുംബപാരമ്പര്യത്തിൽനിന്നു ലഭിച്ച നൈസർഗ്ഗിക സിദ്ധിയും നിഷ്കൃഷ്ടമായ ശിക്ഷണത്തിലൂടെ കൈവന്ന ഊർജ്ജവും അലിഞ്ഞുചേർന്ന ആ സ്വരമാധുരിയുടെ രുചി വരമൊഴിയിലൂടെ അനുഭവിക്കാൻ അനുവാചകർക്ക് കഴിയുന്നത് രാജുവിന്റെ രചനാ തന്ത്രത്തിന്റെ സവിശേഷതകൊണ്ടാണ്. ഒരു മാമൂൽ ജീവചരിത്രഘടനാ സമ്പ്രദായത്തിൽനിന്ന് വ്യത്യസ്തമായി ഗാനജീവിതവുമായി ബന്ധപ്പെട്ട സംഭവങ്ങളുടെ പാരസ്പര്യങ്ങളിൽനിന്ന് സ്വയം രൂപപ്പെട്ടുവരുന്ന ജീവചരിത്ര രചനാ ശൈലിയാണ് (Cognitive biography) ഈ ജീവചരിത്രത്തിന്റെ പാരായണക്ഷമത വർദ്ധിപ്പിക്കുന്നത്.

ജീവചരിത്രം ഒരു വ്യക്തിയുടെ സ്വത്വ വികാസപരിണാമങ്ങൾ വസ്തുനിഷ്ഠമായി രേഖപ്പെടുത്തേണ്ടതുണ്ട്. ആ വികാസ പരിണാമങ്ങൾക്കിടയാക്കിയ സാമൂഹ്യ സാംസ്കാരിക സാഹചര്യങ്ങൾ, മലയാള സിനിമയിലെ പിന്നണി ഗാനചരിത്രത്തിന്റെ പശ്ചാത്തലത്തിൽ അപഗ്രഥിച്ച് ശാന്തയുടെ ഇടം ഒരു ചരിത്രകാരന്റെ നിഷ്പക്ഷതയോടെ രേഖപ്പെടുത്താൻ രാജുവിന് കഴിഞ്ഞിരിക്കുന്നു.

താരതമ്യേന കുറച്ചുമാത്രം പാടി വളരെ കൂടുതൽ ആസ്വാദകരുടെ അഭിനന്ദനം നേടാനും ഇന്നും സഹൃദയ ഹൃദയങ്ങളിൽ ഒരു വികാരമായി ജീവിക്കാനും കഴിയുന്നത് വ്യത്യസ്തമായ ആ ശബ്ദമാധുര്യവും ഗാനാലാപനശൈലിയുംകൊണ്ടാണ്.

മറ്റു തിരക്കുകൾ കാരണം സിനിമ കാണൽ ഒരു ശീലമാക്കാൻ കഴിയാതെ പോയ ആളാണു ഞാൻ. മലയാള സിനിമകൾ ഡൽഹിയിൽ വരുന്നതും സാധാരണമായിരുന്നില്ല. ചില പ്രിവ്യൂകൾ, അവാർഡ് ലഭിച്ച ചിത്രങ്ങളുടെ പ്രദർശനം ഇതൊന്നും കാണാതിരിക്കില്ല. അങ്ങനെ കാണാൻ അവസരം ലഭിച്ച സിനിമകളിൽ ഒന്നായിരുന്നു *നീലക്കുയിൽ.* ആ ചിത്രത്തിന് പ്രസിഡന്റിന്റെ വെള്ളിമെഡൽ കിട്ടിയപ്പോൾ ഡൽഹി മലയാളികൾ അതിലെ അഭിനേതാക്കൾക്കും മറ്റ് അണിയറ ശില്പികൾക്കും ഒരു സ്വീകരണം നല്കി സിനിമ പ്രദർശനത്തോടൊപ്പം. "ഉണരുണരൂ ഉണ്ണിക്കണ്ണാ" എന്ന രാഗസാന്ദ്രമായ ഗാനം, നീലാംബരിയുടെ ഹൃദയശുദ്ധിയോടെ, ഭാവഭംഗിയോടെ ശാന്ത പാടിയതുകേട്ടപ്പോൾ- ഇപ്പോഴും അത് മനസ്സിൽ മുഴങ്ങുന്നു-പരിസരം മറന്ന് ആ തുളുമ്പൽ പുറത്തുവന്നു. ഉറക്കെ പറഞ്ഞുപോയി, തൊട്ടു പിന്നിലിരുന്ന ശാന്തയെ നോക്കി "എന്തിനധികം പാടണം."

ശാന്താ പി നായർ അധികം പാടിയില്ല. ഏറ്റവും കുറച്ചുപാടി ഏറെ ഹൃദയങ്ങളിൽ സ്ഥാനമുറപ്പിച്ചു.

അധികം സിനിമകൾ കാണാനോ ലളിതഗാനങ്ങൾ കേൾക്കാനോ അവസരമുണ്ടായിരുന്നില്ലെങ്കിലും കേൾക്കുന്നതെല്ലാം മനസ്സിൽ തട്ടുന്ന

വയായിരുന്നതുകൊണ്ടാണ് ശാന്താ പി നായരുടെ പല പാട്ടുകളും ഇപ്പോഴും ചെവിയിൽ മുഴങ്ങുന്നത്. “നാഴിയുരി പാലുകൊണ്ട് നാടാകെ കല്യാണം,” “സംഗീതമേ ജീവിതം.” “ഏകാന്ത കാമുകാ,” “വാസന്ത രാവിന്റെ വാതിൽ തുറന്നുവരും” തുടങ്ങിയ പാട്ടുകൾ ഞാൻ പാടാൻ ശ്രമിക്കുമ്പോൾ “വേണ്ട, അനീതി ചെയ്യേണ്ട” എന്നു പറഞ്ഞ് ഭാര്യ ലീലാ ഓംചേരി വിലക്കുന്നതോടൊപ്പം സംഗീതസാന്ദ്രമായിത്തന്നെ അതിൽ ചിലത് പാടിക്കേൾപ്പിക്കുകയും ചെയ്യും. വാസ്തവത്തിൽ ആ വിലക്കു വരാൻ വേണ്ടിത്തന്നെയാണ് ഞാൻ പാടാൻ ഒരുമ്പെടുന്നത്. കമുകറ പുരുഷോത്തമൻ ചില പാട്ടുകൾ പാടുമെന്ന ഭീഷണിയുണ്ടാകുമ്പോഴും ഭാര്യ ആ പാട്ടുകൾ പാടി എന്റെ ഹൃദയത്തിനു തടയിടും. ഈ തടയിടലിൽക്കൂടി ശാന്തയുടെ പാട്ടുകൾ പലപ്പോഴും പാടിക്കേൾക്കാനുള്ള അവസരം ഉണ്ടാകാറുണ്ട്.

കൂട്ടത്തിൽ പറയട്ടെ ശാന്ത ഏഴുപാട്ടുകൾ പാടി പ്രശസ്തിയുടെ മണിമുറ്റത്തേക്കു കയറിയ *തിരമാല* സംവിധാനം ചെയ്ത പി ആർ എസ് പിള്ള പിന്നീട് ഫിലിംസ് ഡിവിഷൻ ഡയറക്ടറായി ഡൽഹിയിൽ താമസമാക്കിയപ്പോൾ ഞങ്ങൾ അടുത്ത സുഹൃത്തുക്കളായി. സാഹിത്യ അക്കാദമി അവാർഡു നേടിയ *പ്രളയം* എന്ന എന്റെ നാടകം ആദ്യം സംവിധാനം ചെയ്തത് പി ആർ എസ് പിള്ളയായിരുന്നു. അവതരണത്തിൽ ധാരാളം വെല്ലുവിളികളുള്ള ആ നാടകത്തിന്റെ സംവേദന ക്ഷമതയ്ക്ക് പി ആർ എസ് പിന്നണിയിൽ ഉപയോഗിച്ച് രാഗസാന്ദ്രമായ ഈണങ്ങൾ വളരെ പ്രയോജനപ്പെട്ടു. ശാന്തയുടെ സംഗീതത്തെക്കുറിച്ച് ഏറ്റവും കൂടുതൽ എന്നോടു സംസാരിച്ചിട്ടുള്ളത് *തിരമാല*കൾക്കുശേഷമുള്ള ശാന്തയുടെ വളർച്ചയെ വാത്സല്യപൂർവ്വം ശ്രദ്ധിച്ചിരുന്ന പി ആർ എസ് ആണ്.

പുതിയൊരു സിനിമ സംസ്കാരം ഉരുത്തിരിഞ്ഞുവന്ന കാലഘട്ടത്തിൽ പി ഭാസ്കരൻ, വയലാർ, ഒ എൻ വി, തിരുനൈനാർ കുറിച്ചി തുടങ്ങിയ ഗാനരചയിതാക്കളും കെ രാഘവൻ, ദേവരാജൻ, ബാബുരാജ്, ചിദംബരനാഥ് തുടങ്ങിയ സംഗീത സംവിധായകരും പരിപോഷിപ്പിച്ച ഗാനശാഖയെ ആലാപനസൗന്ദര്യംകൊണ്ട് ധന്യമാക്കിയ ശാന്താ പി നായരുടെ സിനിമാ ഗാനങ്ങളെയും റേഡിയോ ഗാനങ്ങളെയുംകുറിച്ച് വിശദമായ വിവരണം എന്നതിലപ്പുറം സമഗ്രമായ ഒരു സിനിമാ ഗാന, ലളിതഗാന ചരിത്രം കൂടിയാണ് രാജു ഈ ഗ്രന്ഥത്തിലൂടെ നമുക്കു നല്കുന്നത്.

ശാന്തയുടെ ഭാവസുന്ദരമായ ശബ്ദംപോലെതന്നെ നിർമ്മലമായിരുന്ന മനോഭാവത്തിലേക്കു വെളിച്ചം വീശുന്ന ചില സംഭവങ്ങളും രാജു സൂചിപ്പിച്ചു വിടുന്നത് ജീവചരിത്രത്തിന്റെ സമഗ്രതയ്ക്ക് മുതൽക്കൂട്ടാകുന്നു. തുടക്കക്കാരനായ യേശുദാസിന്റെ കൂടെ യുഗ്മഗാനം പാടാൻ പ്രശസ്തരായ മറ്റു ഗായികമാർ വൈമുഖ്യം കാണിച്ചപ്പോൾ സഹജമായ ഔദാര്യത്തോടെ സന്നദ്ധയായതും ഗാനഗന്ധർവ്വനായി ഉയർന്ന യേശുദാസിന്റെ ഗാനസപര്യക്ക് അങ്ങനെ ശുഭാരംഭംകുറിച്ചതും ഉൾപ്പെടെ ശാന്ത പി നായ

രുടെ വ്യക്തിത്വ വൈശിഷ്ട്യത്തിലേക്കു വെളിച്ചം വീശുന്ന എത്രയോ സംഭവങ്ങൾ രാജു ഈ ചെറിയ ജീവിത ചരിത്രത്തിൽ സൂചിപ്പിച്ചുവിടുന്നുണ്ട്. എങ്ങും തിരക്കിട്ടു കയറാതെ അഭിജാതമായ വിനയത്തോടെ ഒതുങ്ങി നിന്നിരുന്ന ശാന്തയെ തിരിച്ചറിഞ്ഞ് ആദരിക്കാൻ അറിവുള്ളവരുണ്ടായതുപോലെ തന്നെ ആ ഭാവസൗന്ദര്യത്തെ ഹൃദയത്തിൽ താലോലിക്കുന്ന സംഗീതാസ്വാദകർ എന്നുമുണ്ടാകും. ഉദയഭാനുവിന്റെ ഉദ്യമത്തിൽ ഉയർന്നുവന്ന ഓൾഡ് ഈസ് ഗോൾഡ് പോലുള്ള സംരംഭങ്ങൾ ഓർമ്മിക്കുന്നു. അത്തരം പരിപാടികൾ ആവശ്യമാണ്. ശാന്താ പി നായർ ഒരു ലാസ്യനടനത്തിന്റെ ചാരുതയായിരുന്നെങ്കിൽ പി നായർ എന്ന കെ പത്മനാഭൻ നായർ സിരകളെ ത്രസിപ്പിച്ചു മുറിക്കിനിർത്തുന്ന താണ്ഡവത്തിന്റെ ചടുലതയായിരുന്നു.

രണ്ടുപേരെയും അറിയാവുന്നതുകൊണ്ട് ഒരേ സമയത്ത് എന്റെ മനസ്സിൽ വരുന്ന ചിത്രം അതാണ്.

പത്മനാഭൻ നായർ പൊതുപ്രവർത്തനത്തിലായാലും ഔദ്യോഗിക രംഗത്തായാലും അഗ്രഗാമിയായിരുന്നു. വ്യത്യസ്തമായി ചിന്തിക്കുകയും വേറിട്ട പാതകളിലൂടെ സഞ്ചരിക്കുകയും ചെയ്ത സാഹസികൻ. കാലത്തിനു മുൻപേ നടക്കാനുള്ള ഉൾപ്രേരണ പ്രവൃത്തിയിൽ കൊണ്ടുവരാനാവശ്യമായ സർഗ്ഗശേഷി കൈമുതലായുണ്ടായിരുന്നു. രാഷ്ട്രീയ രംഗത്തായാലും സാമൂഹ്യരംഗത്തായാലും കലാരംഗത്തായാലും ഔദ്യോഗിക രംഗത്തായാലും ആ കൈമുതൽ പിശുക്കു കാണിക്കാതെ ഉപയോഗിച്ചു എന്നു മാത്രമല്ല പലപ്പോഴും ആപല്ക്കരമായി ധാരാളിത്തത്തോടെ വിനിയോഗിച്ചു എന്നുപറയുന്നതാകും ശരി.

അഗ്രഗാമികൾക്ക് അവകാശപ്പെട്ട ആത്മസുഖവും അതോടൊപ്പം തന്നെ അവർക്കു വിധിക്കപ്പെട്ട യാതനകളും സംഘർഷങ്ങളും പത്മനാഭൻ നായർ വേണ്ടത്ര, വേണ്ടതിലധികം അനുഭവിച്ചു. മലയാളത്തിൽ റേഡിയോ പ്രക്ഷേപണത്തിന്റെ ശാസ്ത്രവും കലയും നിർവ്വചിച്ചത് പത്മനാഭൻ നായരുടെ മുൻകൈയെടുക്കലുകളിലൂടെയായിരുന്നു.

മദ്രാസ് റേഡിയോ നിലയത്തിൽ തമിഴ് മൂശയിൽ വാർത്ത മലയാള നാടക പരിപാടിക്കു പകരം മലയാള വാണിയിൽ നാടകാവതരണം നടത്തി കൊണ്ടാരംഭിച്ച മലയാള പ്രക്ഷേപണയാത്ര അഖിലേന്ത്യാതലത്തിലുള്ള ശ്രോതാക്കളെ നേടിയ വാർത്താപ്രക്ഷേപണംവരെ വളർന്നത് പത്മനാഭൻ നായരുടെ വിദഗ്ദ്ധമായ പരിചരണം കൊണ്ടാണ്. അഗ്രഗാമികൾക്കു പിന്തുടരാൻ ഞാൻ നേരത്തെ പറഞ്ഞതുപോലെ, മുന്നിൽ കാല്പാടുകളൊന്നുമില്ലല്ലോ. അവരുടെ കാല്പാടുകളുണ്ട് പിന്നാലെ വരുന്നവർക്ക് പിന്തുടരാൻ. പത്മനാഭൻ നായരുടെ കാല്പാടുകൾ പിന്തുടർന്നതിന്റെ ചരിത്രമാണ് മലയാളം പ്രോഗ്രാം പ്രക്ഷേപണങ്ങളും വാർത്താ പ്രക്ഷേപണങ്ങളും നമുക്കു നല്കുന്നത്.

മദിരാശിയെ മലയാളികളുടെ മറുനാടൻ തലസ്ഥാനമാക്കിയത് കേരള സമാജമെന്ന മലയാളിക്കൂട്ടായ്മയും *ജയകേരളം* എന്ന വാരികയും അവ

യോടനുബന്ധിച്ച രാഷ്ട്രീയ സാമൂഹ്യ മാനങ്ങളുള്ള സാംസ്കാരിക പ്രവർത്തനങ്ങളുമായിരുന്നു. കേരളമെന്നു കേട്ടാൽ ഞരമ്പുകളിൽ ചോര തിളയ്ക്കുന്ന ഒട്ടേറെ കർമ്മനിരതരുടെ ആ കൂട്ടായ്മകളിൽ നേതൃത്വപര മായി പങ്കെടുത്ത പത്മനാഭൻ നായരെ മുഖാമുഖം കാണാൻ രാജുവിന്റെ തൂലികാ ചിത്രങ്ങൾ അവസരമൊരുക്കിയിരിക്കുന്നു.

ജയകേരളം, കേരളത്തിനുവെളിയിൽനിന്നു പ്രസിദ്ധീകരിച്ചിരുന്നെ ങ്കിലും മലയാളസാഹിത്യത്തെ ശക്തമായി സ്വാധീനിച്ച, കേരളത്തിലും മറ്റുനാട്ടിലുമുള്ള മലയാളികളുടെ വീക്ഷണഗതികളെ രൂപപ്പെടുത്തുവാൻ കഴിഞ്ഞ, വാരികയായിരുന്നു. കമ്യൂണിസ്റ്റു പ്രസിദ്ധീകരണമെന്ന് പരസ്യ മായി പറഞ്ഞിരുന്നില്ലെങ്കിലും ഇടതുപക്ഷചിന്താഗതി രൂപപ്പെടുത്തുകയും പ്രചരിപ്പിക്കുകയും ചെയ്ത *ജയകേരളം* പത്മനാഭൻ നായരുടെ ഒരു സ്വപ്ന സാക്ഷാൽക്കാരമായിരുന്നു. അൻപതുകൾ കമ്യൂണിസ്റ്റുകാരെയും അനു ഭാവികളെയും സർക്കാർ സർവ്വീസിൽനിന്ന് പുറത്തു നിർത്തുകയും അക ത്തുള്ളവരെ പുറത്താക്കുകയും ചെയ്ത കാലഘട്ടമായിരുന്നു. 1952 ൽ എ കെ ജിയുടെ ആവശ്യപ്രകാരം ഞാനെഴുതിയതും സമസ്തകേരള സാഹിത്യ പരിഷത്തിന്റെ അവാർഡിന് അർഹമായതുമായ *ഈ വെളിച്ചം നിങ്ങൾക്കുള്ളതാകുന്നു* എന്ന നാടകവും സർക്കാരിന്റെ ഭൂനിയമത്തിനെ തിരായ പല ലേഖനങ്ങളും വിലാസലതിക ബി എ (ഓണേഴ്സ്) എന്ന തൂലികാനാമത്തിലാണ് പ്രസിദ്ധീകരിച്ചിരുന്നത്. *ജയകേരള*ത്തിൽ സ്ഥിര മായി, "പ്രതിഷേധ പംക്തി," എന്നൊരു പ്രതിവാര പംക്തി തന്നെ വിലാസ ലതിക ബി എ (ഓണേഴ്സ്)ന്റെ പേരിലുണ്ടായിരുന്നു. നീതിക്കുവേണ്ടി ആരെങ്കിലും എന്തെങ്കിലും പറഞ്ഞാൽ 'അവൻ കമ്യൂണിസ്റ്റാണ്' എന്ന് മുദ്രകുത്തുകയും കമ്യൂണിസ്റ്റാണെങ്കിൽ 'അവനെ ക്രൂശിക്കുക' എന്ന് ആക്രോശിക്കുകയും ചെയ്തിരുന്ന ആ കാലഘട്ടത്തിൽ പിടികൊടുക്കാതെ എത്രയോപേർ കരുതലോടെ പ്രവർത്തിച്ചിരുന്നപ്പോൾ പത്മനാഭൻ നാ യർ താൻ കമ്യൂണിസ്റ്റാണ് എന്ന് ഉറക്കെ പറഞ്ഞുകൊണ്ടാണ് പ്രവർത്തി ച്ചിരുന്നത്. സർക്കാർ സർവ്വീസിനെ പ്രതികൂലമായി ബാധിക്കു മെന്നറിയാതെയല്ലാ അത് ചെയ്തത്. സഖാവിനെ അതു ബാധിക്കുകയും ചെയ്തു. പിരിച്ചുവിടപ്പെട്ടു. ആറുവർഷത്തോളം പുറത്തു നിന്നു. ഉപകാ രമായിത്തീർന്ന് ഉർവ്വശീശാപമായിരുന്നു അത്. മലാളത്തിലെ ചരിത്രനാ ടകങ്ങളിൽ എണ്ണപ്പെട്ട *പഴശ്ശിരാജാ, കുഞ്ഞാലിക്കുട്ടിമരയ്ക്കാർ* തുടങ്ങിയ രചനകളും സിനിമകളും ആ കാലഘട്ടത്തിന്റെ സംഭാവനയാണ്. വീണ്ടും ആകാശവാണിയിൽ ചേർന്നത് പഴയതുപോലെ സ്റ്റാഫ് ആർട്ടിസ്റ്റായിട്ടാ ണ്. എല്ലാ റേഡിയോ നിലയങ്ങളെയും സജീവമാക്കി നിലനിർത്തുന്ന സ്റ്റാഫ് ആർട്ടിസ്റ്റുകൾ ഓരോ രംഗത്തും അറിയപ്പെടുന്ന കലാകാരന്മാരാ യിരിക്കും. നാടകകൃത്തുക്കൾ, കവികൾ, ഗായകർ, നടീനടന്മാർ, സംവി ധായകർ ഇവരെല്ലാം കോൺട്രാക്ട് വ്യവസ്ഥയിലാണ് പണിയെടുക്കു ന്നത്. 1945 ൽ റേഡിയോ നിലയത്തിൽ പ്രവർത്തനമാരംഭിച്ച പത്മനാഭൻ നായർ 1981 ൽ പിരിയുന്നതുവരെ കോൺട്രാക്ട് വ്യവസ്ഥയിലുള്ള ജോലി

സ്ഥിരതയുടെ ആനുകൂല്യങ്ങൾ ഒന്നുമില്ലാത്ത, രാജുവിന്റെ ഭാഷയിൽ പറഞ്ഞാൽ 'കൂലിക്കലാകാരൻ' ആയിരുന്നു. രാഷ്ട്രീയമായി 'നോട്ടപ്പുള്ളി' ആയിരുന്നതും ഈ അസ്ഥിരതയ്ക്ക് ഒരു കാരണമായിരുന്നെന്നു തോന്നുന്നു.

'ക്ഷീണിക്കാത്ത മനീഷയും മഷി ഉണങ്ങീടാത്ത പൊൻ പേനയും' എന്നതിന്റെ കൂടെ 'തലകുനിച്ചീടാത്ത പൗരുഷവും' എന്നുകൂടിച്ചേർത്താൽ പത്മനാഭൻ നായരെക്കുറിച്ചുള്ള വാചാലമായ വാക്ചിത്രമായി.

അവസാനകാലംവരെ തന്റെ വ്യക്തിവൈഭവം കാത്തു സൂക്ഷിച്ച പത്മനാഭൻ നായരുടെ സംഭാവനകളുടെയും ചെറുത്തുനില്പിന്റെയും ബഹുമുഖത്വം ആലോചിച്ചറിയാൻ ആവശ്യമായ സൂചനകളും ഉൾക്കാഴ്ചകളും ഈ ചെറിയ ജീവചരിത്രക്കുറിപ്പിൽ ഉൾച്ചേർന്നിരിക്കുന്നു.

പത്മനാഭൻ നായർക്ക് തലയെടുപ്പോടുകൂടി പ്രവർത്തിക്കാൻ കഴിഞ്ഞത് രാമപുരത്തുവാര്യരുടെ ഒരു പ്രയോഗം കടമെടുത്തുപറഞ്ഞാൽ "അനുകൂലയായ പത്നി"യുടെ സ്വൗമനസ്യം കൂടിയായിരുന്നു. ശാന്തയുടെ വളർച്ചയെ പത്മനാഭൻ നായർ തുണച്ചതുപോലെ പത്മനാഭൻനായരുടെ വളർച്ചയ്ക്ക് ശാന്ത വളമായിരുന്നു. സംഗീത പാരമ്പര്യത്തിന്റെയും റേഡിയോ പ്രക്ഷേപണപാരമ്പര്യത്തിന്റെയും സംഗമമായ ലതയ്ക്ക് രണ്ടു മഹാമനസ്സുകളുടെ പ്രാർത്ഥനയും അനുഗ്രഹവുമുള്ളതുകൊണ്ടാണ് കാതലുള്ള ഒരു വൃക്ഷത്തിൽത്തന്നെ പടർന്നുകയറാൻ ഭാഗ്യം ലഭിച്ചത്. (ഈ വാചകം എഴുതിക്കഴിഞ്ഞപ്പോഴാണ് കാതലിന്റെ തമിഴ് അർത്ഥത്തെക്കുറിച്ച് ഓർമ്മിച്ചതും അത് ശരിയാണല്ലോ എന്ന് സന്തോഷിച്ചതും!)

ഭാര്യയുടെ മാതാപിതാക്കളെക്കുറിച്ചല്ലാ, താൻ ആരാധിക്കുന്ന രണ്ടു വ്യക്തികളെക്കുറിച്ചാണ് രാജു എഴുതിയിരിക്കുന്നത്. ഏതു ബന്ധവും ഭാര്യാഭർത്തൃബന്ധം മുതൽ സാമൂഹ്യതലത്തിലുള്ള ബന്ധങ്ങൾ ഉൾപ്പെടെ ഏതു ബന്ധവും പരസ്പര ബഹുമാനത്തിൽ നിന്നുത്ഭവിക്കുന്നതാണെങ്കിൽ മാത്രമേ അതിന് ഉറപ്പുണ്ടാവൂ. സ്നേഹത്തിന്റെ സ്രോതസ്സ് ബഹുമാനമാണ്. ഈ രണ്ടു ജീവചരിത്രങ്ങളും വായിക്കുമ്പോൾ ഗ്രന്ഥകാരന്റെ ആ മനോഭാവം തിരിച്ചറിയാൻ കഴിയും. അതുകൊണ്ടു തന്നെയാണ് രാജുവിനെ ഞാൻ അഭിനന്ദിക്കുന്നതും അതോടൊപ്പം ബഹുമാനിക്കുന്നതും.

ഗ്രന്ഥരചനയിൽ കന്നിക്കാരനാണെങ്കിലും രചനാ കൗശലത്തിലെ പക്വത ജീവിതാനുഭവങ്ങൾ പകർന്നു നല്കിയ ആത്മവിശ്വാസത്തിൽ നിന്നുണ്ടായതുതന്നെയാണ്. ആത്മവിശ്വാസമില്ലാതിരുന്ന രാജുവിനെ വൈക്ലബ്യം ബാധിച്ച അർജ്ജുനനെ കൃഷ്ണപക്ഷത്തെ എന്നപോലെ ഉണർത്തി ഉത്തേജിപ്പിച്ചത് കൊച്ചിക്കാരനായ ഒരു പുരോഹിതനാണ്. സുവി എന്ന ആ പുരോഹിതനോട് നന്ദി പറയുക "എനിക്ക് പാടാനേ അറിയൂ എഴുതാൻ അറിയില്ല" എന്നു പറഞ്ഞ രാജുവിനോട് "നിനക്ക് എഴുതാൻ കഴിയും, എഴുതൂ" എന്ന് പ്രോത്സാഹിപ്പിച്ച ആ പുരോഹിതന്റെ പ്രവചനം ഫലിച്ചതിന്റെ തെളിവുകളിൽ ഒന്നാണ് ഈ ജീവചരിത്ര ദ്വന്ദ്വം.

പ്രവചനങ്ങൾ ഫലിക്കുന്നത് അവയ്ക്ക് ഋഷിമാരുടെ പ്രവചനങ്ങൾക്കുള്ളതുപോലെ തീവ്രമായ auto suggestion, ഉൾപ്രേരണ, ശക്തി ഉള്ളതുകൊണ്ടാണ്. രാജു എഴുതാൻ തുടങ്ങി. എഴുത്തിന്റെ രസതന്ത്രം സ്വായത്തമായി. രസാത്മകമായ രചനകൾ ഉണ്ടായി.

ഇതു രാജുവിന്റെകൂടെ ജീവിതകഥ എന്നതിലുപരിയായി പ്രണയ സാഫല്യങ്ങളുടെ ഓർമ്മപ്പുസ്തകമായിട്ടാണ് ഞാൻ ആസ്വദിക്കുന്നത്. രണ്ടു മൂന്നു തലമുറകളുടെ സഫലമായ പ്രണയബന്ധങ്ങൾ "പരസ്പരം ഭവയന്ത: പരം സ്നേഹമവാപ്സ്യഥ:" പരസ്പര ബഹുമാനത്തിൽ നിന്നുദിച്ച സ്നേഹബന്ധങ്ങളും അവയുടെ സാഫല്യങ്ങളും. ആരാണ് ഉല്ലാസദായകമായ വായനാനുഭവം നല്കുന്നത്. രണ്ടുപ്രധാന കഥാപാത്രങ്ങളെ കേന്ദ്രമാക്കിക്കൊണ്ടുള്ള പ്രണയചരിത്രങ്ങൾ. അവരുടെ സ്വക്ഷേത്രങ്ങളായ കർമ്മ മണ്ഡലങ്ങളിലെ അനുഭവങ്ങളും സംഭവങ്ങളും. ആ വലയത്തിനുള്ളിൽ ദീപ്തസ്മരണ ഉണർത്തിക്കൊണ്ടു നില്ക്കുന്ന മറ്റൊരു വ്യക്തിയുണ്ട്. ഇന്ദിരാ പൊതുവാൾ എന്ന ശ്രീമതി ഇന്ദിരാ ജോസഫ്. മലയാള റേഡിയോ പ്രക്ഷേപണരംഗത്ത് ഏറ്റവും കൂടുതൽ കാലം പ്രവർത്തിച്ച, ഒരു കണക്കിനു പറഞ്ഞാൽ മുൻപേ പറന്ന പക്ഷിയായ ഇന്ദിര ജോസഫ്. 1946 ൽ ആണെന്നു തോന്നുന്നു തിരുവിതാംകൂർ റേഡിയോയിൽ മുഖ്യ നിർവ്വഹണ ചുമതലയുള്ള ഉദ്യോഗസ്ഥയായി ഔദ്യോഗിക രംഗത്തെത്തിയ ഇന്ദിരാ പൊതുവാൾ ജോലിയിൽനിന്നു വിരമിക്കുന്നതുവരെ ആൾ ഇന്ത്യാ റേഡിയോയിൽ തന്നെയായിരുന്നു. ജോസഫ് വെണ്ണിയൂർ എന്ന സാഹിത്യ പ്രതിഭ. പ്രക്ഷേപണരംഗത്തു വരുന്നതോടൊപ്പം ഇന്ദിരാ പൊതുവാളുമായുള്ള പ്രണയജീവിതവും ആരംഭിക്കുന്നു. സഫലമായ മറ്റൊരു പ്രണയബന്ധം.

ഒരുപക്ഷേ, പ്രണയത്തിന്റെ വെളിച്ചത്തിൽ ഇതെല്ലാം നോക്കിക്കാണാൻ എന്നെ പ്രേരിപ്പിക്കുന്നത് പ്രണയത്തിന്റെ പാതയിൽ ഇവയ്ക്കെല്ലാം അല്പം മുൻപേ സഫലയാത്ര ആരംഭിച്ച ഒരുവളുടെ മനഃശാസ്ത്രപരമായ അവസ്ഥയായിരിക്കും!

അറിയപ്പെട്ട ഗായകനും ഗാനസംവിധായകനും ഗാനരചയിതാവുമായ രാജു കൊച്ചിയിലെ പുരോഹിതന്റെ പ്രവചനം സഫലമാക്കിക്കൊണ്ട് എഴുതാൻ കഴിയുമെന്നു മാത്രമല്ല, ജീവചരിത്ര രചനാ ശൈലിയിൽ മാതൃകാപരമായ ഒരു പാത തുറക്കാൻ തന്നെ കഴിയുമെന്നും തെളിയിച്ചിരിക്കുകയാണ് ഈ സംഗീത സാഹിത്യ സംഗമത്തിൽ.

ശാന്താ പി നായരെയും പത്മനാഭൻ നായരെയും സ്നേഹാദരപൂർവ്വം ഓർമ്മിച്ചുകൊണ്ട് രാജുവിന്റെ കൈകളിൽനിന്ന് ഈ പുസ്തകം വായനക്കാരിലേക്കു കൈമാറുന്നു.

സംഗീതം ശ്രുതിമീട്ടിയ സാഹിത്യം

അസാധാരണമായ പലതും നമുക്കു ചുറ്റും സംഭവിക്കുന്നത് സ്വാഭാവികം. എന്നാൽ അസാധാരണങ്ങളിൽ അസാധാരണമായ ചിലത് സംഭവിക്കുന്നത് അസാധാരണമായിട്ടാണ്. അതിലൊന്ന് പാട്ടുകാരിയായ തൃശ്ശിവപേരൂർ സ്വദേശിനി ശാന്താ പൊതുവാൾ പയ്യന്നൂരുകാരനായ കൂടത്തിൽ പത്മനാഭൻ നായരെ വിവാഹം കഴിച്ചതാണ്. അതൊരു സംഗീത സാഹിത്യ സംഗമം കൂടിയായിരുന്നു.

തികച്ചും യാദൃച്ഛികമായി ഞാനും ഈ കുടുംബത്തിലെ അംഗമായപ്പോൾ അത് സംഗീത സാഹിത്യ പ്രക്ഷേപണ കൂട്ടായ്മയായിരുന്നു. ആയിരത്തിത്തൊള്ളായിരത്തി അമ്പതുകളിൽ തിരുവിതാംകൂർ റേഡിയോയിൽ ആദ്യകാല പ്രക്ഷേപകയായി പ്രവേശിച്ച ഇന്ദിരാ പൊതുവാൾ ശാന്താ പൊതുവാളിന്റെ മൂത്ത സഹോദരിയായിരുന്നു. പിന്നീട് അതേ നിലയത്തിൽ ചരിത്ര സാഹിത്യ നിർമ്മാതാവായ ശ്രീ. ഇ എം ജോസഫ് വെണ്ണിയൂർ ഇന്ദിരയുടെ ഭർത്താവായപ്പോൾ ശ്രീമതി ഇന്ദിരാ ജോസഫെന്ന മഹനീയ ബഹുമതിയും ലഭിച്ചു. ശ്രീ. ഇ എം ജെ ബോംബെ ആകാശവാണിയിൽ തലവനായിട്ടിരിക്കുമ്പോഴാണ് അന്തരിച്ചത്. ഇവിടെനിന്നും തുടങ്ങുന്നു ഈ കുടുംബത്തിന്റെ പ്രക്ഷേപണ ശൃംഖല.

എന്റെയും ലതയുടെയും വിവാഹാനന്തരം പാട്ടുകാരിയെന്നതിലുപരി ലതയും മദിരാശി ആകാശവാണിയിൽ പ്രോഗ്രാം എക്സിക്യൂട്ടീവായി. പത്മനാഭൻ നായരും ശാന്താ പി നായരും ആകാശവാണിക്കാർ. ഞാനും റേഡിയോ സിലോണിലെ പ്രക്ഷേപകൻ. ശ്രീമതി ഇന്ദിരാ ജോസഫിന്റെ മകൻ സജൻ വെണ്ണിയൂർ കൂടി ആകാശവാണിയിൽ പ്രവേശിച്ചതോടെ അക്ഷരാർത്ഥത്തിൽ ഞങ്ങളുടെ മഹാകുടുംബം ആകാശവാണിക്കാരാകുന്നു. ഇതും ഒരുപക്ഷേ, അസാധാരണമായിരിക്കാം. പ്രക്ഷേപണകല

യുടെ സാങ്കേതികത്വം അരച്ചുകലക്കിക്കുടിച്ച ശ്രീ. കെ പത്മനാഭൻ നായരുടെ കിരീടത്തിൽ തികഞ്ഞ കമ്യൂണിസ്റ്റുകാരനാണെന്ന പൊൻതൂവൽ കൂടിയുണ്ട്. സ്വപ്രയത്നത്താൽ സംശുദ്ധമായ രാഷ്ട്രീയവും കലയും സാഹിത്യവും സിനിമയും ഒരുപോലെ സപര്യയാക്കിയ പത്മനാഭൻ നായരുടെയും ശുദ്ധ സംഗീതത്തിലൂടെ മലയാള ചലച്ചിത്ര ഗാനശാഖയെ മിനുക്കിയ ശാന്താ പി നായരുടെയും ജീവിതം സംഭവബഹുലവും വിപ്ലവാത്മകവുമാണ്.

പാട്ടുകാരനായ ഞാനെങ്ങനെ അക്ഷരങ്ങളുമായി അടുത്തു അല്ലെങ്കിൽ എങ്ങനെ എഴുത്തുകാരനായി എന്നോർക്കുമ്പോൾ ഒരു കുസൃതിച്ചിന്തയാണ് മനസ്സിൽ വരുന്നത്. ശ്രീ. തോപ്പിൽ ഭാസിയുടെ വിഖ്യാതമായ ഒരു നാടകത്തിൽ കാരണവരായിട്ടഭിനയിക്കുന്ന ശ്രീ. ഒ മാധവൻ നാടകാന്ത്യത്തിൽ വികാരാധീനനായി പറയുന്ന ഒരു സംഭാഷണ ശകലമുണ്ട്. "നിങ്ങളെന്നെ കമ്യൂണിസ്റ്റാക്കി." സർ സി പിയുടെ കിരാതഭരണത്തിൽ അമർഷം പൂണ്ട സാഹചര്യത്തിൽ വിളിച്ചുപറയുന്നതാണ് "നിങ്ങളെന്നെ കമ്യൂണിസ്റ്റാക്കി"യെന്ന്. ഒരു മനുഷ്യനെ രൂപപ്പെടുത്തുന്നത് അല്ലെങ്കിൽ എന്തെല്ലാമോ ആക്കിത്തീർക്കുന്നത് സാഹചര്യവും പ്രേരണയുമാണ്. ആരും സ്വയം പ്രകാശിതരാകുന്നില്ല. ഒരുതരി വെട്ടം ആരെങ്കിലും കൊളുത്തണം. എന്റെ സ്ഥിതിയും മറിച്ചല്ല.

കോടമ്പാക്കം തെരുവുകളിൽ ഒരു സിനിമാപ്പാട്ടുകാരനാകാൻ ദാഹിച്ചു മോഹിച്ച് വലഞ്ഞപ്പോൾ ഒരു തമിഴ് പുരോഹിതൻ എന്നെ പാടുന്ന പ്രക്ഷേപകനാക്കി. "പാടാൻ മാത്രമേ അറിയൂ" എന്നു പറഞ്ഞപ്പോൾ സുവിയെന്ന പുരോഹിതൻ പറഞ്ഞതിങ്ങനെയാണ്. ശബ്ദത്തിന് ഒരുപാട് ദൗത്യങ്ങളുണ്ട്. അതിലൊന്നുമാത്രമാണ് പാട്ടുപാടുകയെന്നത്. പ്രസംഗിക്കാനും പഠിപ്പിക്കാനും നല്ല വർത്തമാനം പറയുന്നതും ശബ്ദത്തിന്റെ ദൗത്യമാണ്. എന്റെ കൈയിൽ ഒരു വേദപുസ്തകം തന്നിട്ടാ പുരോഹിതൻ പറഞ്ഞു. "പറ്റുമെങ്കിൽ ഇതൊന്നു വായിക്കൂ. എന്നിട്ടെഴുതൂ."

"ഞാനൊരു മോശം വായനക്കാരനാണ് എഴുതാനുമറിയില്ലെ"ന്നു പറഞ്ഞപ്പോൾ അദ്ദേഹം "മലയാളത്തിലെ അക്ഷരമാല നിനക്കറിയാമല്ലോ. റൈറ്റ്, യു കാൻ റൈറ്റ്, എഴുതൂ നിന്നെക്കൊണ്ട് എഴുതാൻ സാധിക്കും." സത്യത്തിൽ എന്നെ രണ്ടാമതായി എഴുത്തിനിരുത്തിയ എഴുത്തച്ഛനാണ് സുവിയെന്ന പുരോഹിതൻ. അന്നുതൊട്ട് ഞാനെഴുതാൻ തുടങ്ങി. പാട്ടിന് ഈണം പകർന്നതുപോലെ എന്റെ അക്ഷരങ്ങൾക്ക് തിളക്കം കൂടി.

എനിക്കു മുമ്പേ പറന്നുപോയ മഹാരഥന്മാരും സാഹിത്യ ശിരോമണികളും മലയാളത്തെ മധുരമാക്കിയിട്ടുണ്ട്. എന്റെ കൈയക്ഷരം മിനുക്കിയ മലയാള അദ്ധ്യാപകൻ സർവ്വശ്രീ നീലകണ്ഠൻ നമ്പൂതിരിപ്പാട്, *ദേശാഭിമാനി*യിൽനിന്നും വിരമിച്ച രവി കുറ്റിക്കാട്, ശബ്ദതാരമായ പ്രൊഫസർ അലിയാർ, ദൂരദർശനിലെ ബൈജു ചന്ദ്രൻ, *മാതൃഭൂമി*യിലെ രവി മേനോൻ, *ഇന്ത്യാ ടുഡേ*യിൽനിന്നും വിരമിച്ച രാജേന്ദ്രബാബു സർവ്വാത്മനാ മനസ്സിൽ ബഹുമാനിക്കുന്ന ശ്രീമതി ഇന്ദിരാ ജോസഫ് വെണ്ണിയൂർ,

അവതാരികയെഴുതിയ ബഹുമാന്യനായ ഓംചേരി തുടങ്ങി എല്ലാവരെയും ആനന്ദഭൈരവി രാഗത്തിൽ എന്റെ നന്ദിയറിയിക്കട്ടെ! ഇങ്ങനെയൊരു പുസ്തകമെഴുതാൻ കഴിഞ്ഞതിൽ സ്വയമഭിമാനം തോന്നുന്നു. എന്റെ ചൂടുള്ള ചിന്തകൾ പുസ്തകമാക്കുന്ന ചിന്ത പബ്ലിഷേഴ്സിനോടുള്ള എന്റെ നന്ദി ഹൃദയത്തിന്റെ നടുമുറ്റത്ത് സൂക്ഷിക്കുന്നു. ഈപുസ്തകം വായിക്കുന്ന സഹൃദയർ അനുഗ്രഹിച്ചാലും.

മദിരാശി
30-03-2018 **ജെ എം രാജു**

സംഗീതമേ ജീവിതം

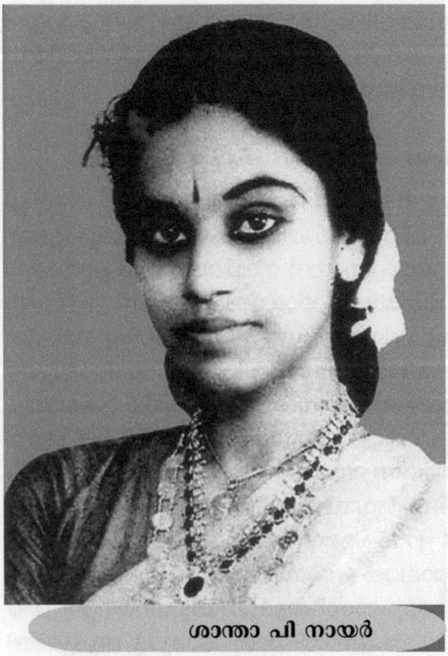

ശാന്താ പി നായർ

ആയിരത്തിത്തൊള്ളായിരത്തി അൻപത്തിരണ്ടിലെ കുളിരുള്ള ജനുവരിമാസത്തിൽ ബോംബെ ഫേമസ് സിനി ലബോറട്ടറീസ് റിക്കോർഡിങ് സ്റ്റുഡിയോയിൽ ചരിത്രത്തിലാദ്യമായി ഒരു മലയാള സിനിമാപ്പാട്ടിന്റെ ശബ്ദലേഖനം നടക്കുകയാണ്.

മലയാളത്തിലെ 29-ാമത്തെ ശബ്ദചിത്രമായ *തിരമാല*. ഇന്ത്യൻ ചലച്ചിത്രപ്രേമികൾക്ക് ഒരുപാട് ഹിന്ദിഗാനങ്ങൾ സമ്മാനിച്ച പ്രശസ്ത ശബ്ദലേഖകൻ 'മിനു കൗക്' ഫെയ്ഡർ തുറക്കുമ്പോൾ മന്ദ്രമധുരമായ ഒരീണം വേറിട്ട ശബ്ദത്തിലൊഴുകിയെത്തുന്നു.

'പാലാഴിയാം നിലാവിൽ.....' രാഗസാന്ദ്രമായ ആലാപനശൈലി! വേറിട്ട മലയാള ശബ്ദം! ഈ ഭാവഗായികയായിരുന്നു പില്ക്കാലത്ത് പ്രശസ്തയായ ശാന്താ പി നായർ. 22 വയസ്സുകാരി ശാന്താ പൊതുവാൾ എന്ന ശാന്താ പി നായർ. *തിരമാല* എന്ന സിനിമയിൽ പാടു

വാനുണ്ടായ പശ്ചാത്തലം ഇപ്രകാരമായിരുന്നു.

മദിരാശി ക്യൂൻ മേരീസ് കോളേജിൽനിന്നും സംഗീതബിരുദം നേടിയ ശാന്ത കോഴിക്കോട് ആകാശവാണിയിൽ സ്റ്റാഫ് ആർട്ടിസ്റ്റായി പ്രവർത്തിച്ചു കൊണ്ടിരിക്കുന്ന അവസരത്തിലാണ് തികഞ്ഞ കമ്യൂണിസ്റ്റുകാരനും പ്രക്ഷേപകനുമായ കെ പത്മനാഭൻനായരെ കണ്ടുമുട്ടുന്നതും വിവാഹം കഴിക്കുന്നതും. പത്മനാഭൻനായരുടെ ശ്രീമതിയായതോടെ ശാന്താ പൊതുവാൾ ഊണമുള്ള ശാന്താ പി നായരാകുന്നു. വിവാഹാനന്തരം ധാരാളം സംഗീത പരിപാടികൾ ശാന്താ പി നായർ പത്മനാഭൻ നായരുടെ പ്രേരണയോടെ കമ്യൂണിസ്റ്റ് പാർട്ടിയുടെ പല പ്രചാരണ പരിപാടികളിലും നടത്തിയിരുന്നു. ഒപ്പം ശാന്തയുടെ ലളിതഗാനങ്ങളും ആകാശവാണിയിലൂടെ പ്രസിദ്ധവുമായി. ഈ ശബ്ദസൗകുമാരികതയിൽ ആകൃഷ്ടനായി പി ആർ എസ് പിള്ളയാണ് താൻ നിർമ്മിക്കാൻ പോകുന്ന *തിരമാല*യിൽ പാടാൻ ക്ഷണിക്കുന്നത്. ഏഴുമാസം പ്രായമുള്ള കുഞ്ഞിനെ പിരിഞ്ഞ് ബോംബെയിൽ വരാൻ ബുദ്ധിമുട്ടാണെന്നു ശാന്ത അറിയിച്ചു. ഒടുവിൽ മൂത്ത സഹോദരിയും തിരുവനന്തപുരം ആകാശവാണിയിലെ പ്രക്ഷേപകയുമായ ഇന്ദിരാ പൊതുവാളിന്റെയും പത്മനാഭൻ നായരുടെയും നിർബ്ബന്ധത്തിനു വഴങ്ങി ശാന്ത പാടാൻ സമ്മതിക്കുന്നു. അന്നു ഏഴുമാസം മാത്രം പ്രായമുണ്ടായിരുന്ന കുഞ്ഞാണ് പിന്നീട് പ്രശസ്ത ഗായികയായിത്തീർന്ന ലതയെന്നതും കൗതുകമുള്ള വസ്തുതയാണ്.

ഏറെ പുതുമകളുള്ള തിരമാല

മലയാള സിനിമ പിച്ചവെച്ചു നടക്കുന്ന കാലത്താണ് തന്റെ കന്നിച്ചിത്രമായ *തിരമാല* പി ആർ എസ് പിള്ള നിർമ്മിക്കുന്നത്. കായലും കടലുമൊക്കെ ആധാരമാക്കി ടി എൻ ഗോപിനാഥൻ നായരെഴുതിയ *ചൂണ്ടക്കാരൻ* എന്ന ഗ്രാമീണ കഥയാണ് തിരമാലയ്ക്കാധാരം. ഏതാണ്ട് 26 കൊല്ലത്തോളം ബോംബെയിലെ ഹിന്ദി സിനിമാരംഗത്ത് പ്രവർത്തിച്ച സംഗീതജ്ഞനും സംവിധായകനുമായ കൊച്ചിക്കാരൻ വിമൽ കുമാറിനെയാണ് (യഥാർത്ഥ പേര് തോമസ്) *തിരമാല*യുടെ സംഗീത സംവിധായകനായും തന്റെ സഹസംവിധായകനായും പിള്ള തീരുമാനിച്ചത്. തന്റെ തട്ടകമായ ബോംബെയിലെ 'മിനു കൗക്'തന്നെ തന്റെ ട്യൂണുകൾ ശബ്ദലേഖനം ചെയ്യണമെന്ന് വിമൽ കുമാറിന് നിർബ്ബന്ധവുമായിരുന്നു.

ഗാനരചന നിർവ്വഹിച്ച പി ഭാസ്കരന്റെ നാലാമത്തെ സിനിമയായിരുന്നു *തിരമാല*. എന്നാൽ പില്ക്കാലത്ത് പ്രശസ്തരായ പലരുടെയും കന്നിച്ചിത്രം കൂടിയായിരുന്നു ഇത്. അടൂർഭാസി ആദ്യമായിട്ടഭിനയിച്ചത് *തിരമാല*യിലായിരുന്നു. സഹസംവിധായകനായി രാമു കാര്യാട്ട് ആദ്യമായി അരങ്ങേറ്റം കുറിച്ചു. അതുപോലെ തന്നെ സഹസംഗീത സംവിധാകയനായി ബാബുരാജും. കൊച്ചിക്കാരനായ തോമസ് ബർലിൻ നായനായകിപ്പോൾ നായികയായി കുമാരി തങ്കം വേഷമിട്ടതും *തിരമാല*യിൽത്തന്നെ. ഒരു സുപ്രധാന വേഷത്തിൽ സത്യനുമഭിനയിച്ചു.

തിരമാല: ശാന്ത പി നായർ എന്ന ഗായികയെ പ്രശസ്തിയിലേക്കുയർത്തിയ ചിത്രം

1953 ഏപ്രിൽ 17 നാണ് *തിരമാല* റിലീസായത്. സിനിമയിൽ മൊത്തം 13 ഗാനങ്ങളായിരുന്നു. അതിൽ ശാന്താ പി നായർ പാടിയത് 7 പാട്ടുകളും. മൂന്നു യുഗ്മഗാനങ്ങളിൽ കൂടെ പാടിയത് പുരുഷശബ്ദത്തിന്റെ നിറകുടമായ കോഴിക്കോട് അബ്ദുൾ ഖാദറും. 'കുരുവികളായ് ഉയരാം..' 'പാലാഴിയാം നിലാവിൽ..' 'ഹേ കളിയോടമേ..' 'അമ്മതൻ തങ്കക്കുടമേ..' 'കരയുന്നതെന്തേ.'തുടങ്ങിയ ഹൃദയഹാരിയായ പാട്ടുകൾ കേരളത്തിലെ പ്രേക്ഷകർ നെഞ്ചിലേറ്റി. തിരമാല സാമ്പത്തികമായി വിജയിച്ചോ എന്നുറപ്പു പറയാനാവില്ലെങ്കിലും ഒരു കാര്യം തീർച്ച! പാട്ടുകളിലൂടെ *തിരമാല* ഏറെ ശ്രദ്ധ പിടിച്ചുപറ്റി.

അനുപമമായ ശബ്ദത്തിലൂടെ അനിർവചനീയമായ പ്രശസ്തിയാണ് തിരമാല ശാന്താ പി നായർക്ക് നേടിക്കൊടുത്തത്. *തിരമാല* ഈ ഗായികയ്ക്ക് പൂമാലയായി.

ശാന്താ പി നായരുടെ ബാല്യം

തൃശ്ശിവപേരൂരിന്റെ ഹൃദയഭാഗത്ത് കുറുപ്പം റോഡിലെ പൊതുവാൾ അമ്പാടിത്തറവാട്ടിൽ വാസുദേവ പൊതുവാളിന്റെയും ലക്ഷ്മിക്കുട്ടിയമ്മയുടെയും നാലാമത്തെ മകളായി 1930 ലാണ് ശാന്താ പൊതുവാളെന്ന ശാന്താ പി നായരുടെ ജനനം. മോഹന ചന്ദ്രൻ ഏക സഹോദരനും വിജയലക്ഷ്മി, ഇന്ദിര, ശ്യാമള, സുനിത, റീത എന്നിവർ സഹോദരിമാരുമാണ്.

സാംസ്കാരിക പട്ടണമെന്ന വിളിപ്പേരിനർഹമായ തറവാടു തന്നെ

ശാന്താ പി നായരുടെ കുടുംബം

യായിരുന്നു പൊതുവാൾ, അമ്പാടി ഭവനം. കുടുംബത്തിലെ കാരണവരായ എ ആർ പി (ശാന്തയുടെ മൂത്ത അമ്മാവൻ) എന്നറിയപ്പെടുന്ന അഡ്വക്കേറ്റ് എ ആർ പൊതുവാളിന് 'അർപുത സ്വാമി' എന്നൊരു തൂലികാനാമം കൂടിയുണ്ടായിരുന്നു. ഇദ്ദേഹത്തിന്റെ കൃതികളിലധികവും നർമ്മം കലർന്നതായിരുന്നു. ആഴ്ചവട്ടത്തിൽ കൂടുന്ന സാഹിത്യ സദസ്സിന്റെ നായകൻ എ ആർ പി തന്നെ. കൂട്ടത്തിൽ കൂടുന്നവരും ചില്ലറക്കാരല്ല. സാഹിത്യ ശിരോമണികളായ കൊടുങ്ങല്ലൂർ കുഞ്ഞിക്കുട്ടൻ തമ്പുരാൻ, സർദാർ കെ എം പണിക്കർ, അമ്പാടി രാഘവപ്പൊതുവാൾ, പ്രൊഫസർ ജോസഫ് മുണ്ടശ്ശേരി, സംസ്കൃതത്തിലും ബംഗാളിയിലും പാണ്ഡിത്യമുണ്ടായിരുന്ന അമ്പാടി നാരായണി പൊതുവാൾ സിയർ അങ്ങനെ പോകുന്നു ആ നിര.

സാഹിത്യം മാത്രമല്ല സംഗീതവും പൊതുവാൾ അമ്പാടിയിലെ സവിശേഷതയായിരുന്നു. സ്വർണ്ണത്തിനു സുഗന്ധം പോലെ! ശാന്തയുടെ അമ്മ ലക്ഷ്മിക്കുട്ടിയമ്മ ശാസ്ത്രീയ സംഗീതമഭ്യസിച്ചുവെന്നു മാത്രമല്ല ക്ഷേത്ര നടയിൽ ഭക്തിസംഗീത പരിപാടികളും അവതരിപ്പിച്ചിരുന്നു.ഇത് ശാന്താ, പൊതുവാളിന്റെ ഹൃദയത്തിലേക്കു സംഗീതവിത്തുകൾ പാകാനും ഇടയായി. സംഗീതത്തിന്റെ ആദ്യാക്ഷരം കുറിച്ചതും അമ്മയിൽ നിന്നുതന്നെ. ശാന്തയുടെ പ്രാഥമിക വിദ്യാഭ്യാസം തൃശൂർ വിവേകോദയം പ്രൈമറി സ്കൂളിൽ നിന്നായിരുന്നെങ്കിൽ പത്താംക്ലാസുവരെയുള്ള പഠനം തൃശൂർ വിക്ടോറിയ ഗേൾസ് ഹൈസ്കൂളിൽനിന്നുമായിരുന്നു. ഈ കാലഘട്ടത്തിലാണ് പരമേശ്വരമേനോൻ ഭാഗവതരിൽനിന്നും ശാസ്ത്രീയ സംഗീതം കുറച്ചുകൂടി വിശദമായി ശാന്ത പഠിച്ചത്.

ബ്രിട്ടീഷ് ഭരണകാലത്ത് മദിരാശി പച്ചയ്യപ്പാസ് കോളേജിലെ ചരിത്രാദ്ധ്യാപകനായിരുന്നു ശാന്തയുടെ അച്ഛൻ വാസുദേവപൊതുവാൾ. അതുകൊണ്ടുതന്നെ തന്റെ മക്കൾക്കു നല്ല വിദ്യാഭ്യാസമുണ്ടാകണമെന്ന് പിതാവിനു നിർബ്വന്ധമുണ്ടായിരുന്നു. ഹിസ്റ്ററി പ്രൊഫസറായി സേവനമനുഷ്ഠിക്കുന്ന കാലത്ത്, സിനിമാ സംവിധായകനും, നിർമ്മാതാവും ജെമിനി സ്റ്റുഡിയോ ഉടമസ്ഥനുമായ എസ് എസ് വാസൻ പൊതുവാളിന്റെ വാത്സല്യവിദ്യാർത്ഥിയായിരുന്നു. പച്ചയ്യപ്പാസിൽ സേവനമനുഷ്ഠിച്ചതിനുശേഷം പൊതുവാൾ കുറച്ചുകാലം മദ്രാസ് ക്രിസ്റ്റ്യൻ കോളേജിൽ അദ്ധ്യാപകനായിരുന്നു. ഈയവസരത്തിലാണ് മദിരാശി ക്യൂൻമേരീസ് കോളേജ് വിദ്യാർത്ഥിനിയായിരുന്ന തൃശൂരിലെ പൊതുവാൾ അമ്പാടിയിലെ ലക്ഷ്മിക്കുട്ടിയെ വിവാഹം കഴിക്കുന്നത്.

ബ്രിട്ടീഷ് ഭരണാധികാരികൾക്ക് വിദ്യാസമ്പന്നരായ ഇന്ത്യാക്കാരോട് വലിയ മതിപ്പും ബഹുമാനവുമായിരുന്നു. ഈ ആദരവ് ഏറെ പിടിച്ചുപറ്റിയത് മലയാളികളാണെന്നു പറഞ്ഞാൽ അതിശയോക്തിയുണ്ടാവില്ല. തിരുവിതാംകൂർ പ്രവിശ്യയുടെ അന്നത്തെ ദിവാനായിരുന്ന വാട്ട്സ് വാസുദേവപൊതുവാളിനെ തിരുവനന്തപുരം ആർക്കിയോളജി ഡിപ്പാർട്ടുമെന്റിന്റെ (പുരാവസ്തു ഗവേഷണ കേന്ദ്രം) സൂപ്രണ്ടായി നിയമിക്കുന്നു. പൊതുവാളും, കുടുംബവും തിരുവനന്തപുരത്തേക്ക് ചേക്കേറുന്നു. ഈയവസരത്തിലാണ് പത്താം ക്ലാസ് പൂർത്തിയാക്കിയ ശാന്താ പൊതുവാൾ തിരുവനന്തപുരം വിമെൻസ് കോളേജിൽ ഇന്റർമീഡിയറ്റിന് ചേരുന്നത്. മൂത്ത സഹോദരി ഇന്ദിരാ പൊതുവാൾ അണ്ണാമലൈ യൂണിവേഴ്സിറ്റി

ക്യൂൻ മേരീസ് കോളേജ് ചെന്നൈ

യിൽ ബി എ ഓണേഴ്സിന് ചേർന്നപ്പോൾ ഡിഗ്രി കരസ്ഥമാക്കിയ ജ്യേഷ്ഠൻ മോഹനചന്ദ്രൻ ഇന്ത്യൻ ഓവർസീസ് ബാങ്ക് ഉദ്യോഗസ്ഥനായി സിംഗപ്പൂരിലേക്കും യാത്ര തിരിക്കുന്നു.

തുടർന്നുള്ള ശാന്താ പൊതുവാളിന്റെ വിദ്യാഭ്യാസം മദിരാശിയിൽ അമ്മ പഠിച്ച ക്യൂൻ മേരീസ് കോളേജിൽത്തന്നെ. മ്യൂസിക് ബി എയ്ക്ക് ചേർന്ന ശാന്തയുടെ സാങ്കേതിക പഠനം മെച്ചമായിരുന്നെങ്കിലും പ്രായോഗിക പരിശീലനത്തിലുള്ള സാഹചര്യമുണ്ടായിരുന്നില്ല. ഈയവസ്ഥ ബോദ്ധ്യമായ സഹപാഠിയും കൂട്ടുകാരിയുമായ സുകുമാരി മേടയിലിന്റെ ഉപദേശപ്രകാരമാണ് സിനിമാ സംഗീത സംവിധായകനായ വി ദക്ഷിണാമൂർത്തിയുടെയടുത്ത് സംഗീത പരിശീലനത്തിനായിട്ടെത്തുന്നത്.

ഓൾ ഇന്ത്യാ റേഡിയോയും ഗാനകൈരളിയും

ക്യൂൻ മേരീസ് കോളേജിലെ പഠനകാലത്താണ് ശാന്തയും സുകുമാരി മേടയിലും മറ്റ് മലയാളി കൂട്ടുകാരികളും മദിരാശി ആകാശവാണി

ആകാശവാണി തിരുവനന്തപുരം

യിലെ മലയാള പ്രക്ഷേപണവുമായി ബന്ധപ്പെടുന്നതും പ്രോഗ്രാം പ്രൊഡ്യൂസർ കെ പത്മനാഭൻ നായരെ കണ്ടുമുട്ടുന്നതും. മലയാള വാണിയുടെ 'ഗാനകൈരളി'യിൽ പാടാൻ തുടങ്ങിയതോടെ മദിരാശി മലയാളികളുടെ ഇടയിൽ ശാന്താ പൊതുവാൾ അറിയപ്പെടാൻ തുടങ്ങി. ക്യൂൻ മേരീസിൽനിന്ന് ഡിഗ്രിയെടുക്കുന്നതുവരെ ഇത് തുടരുകയും ചെയ്തു. തുടങ്ങിക്കഴിഞ്ഞ തിരുവനന്തപുരം ഓൾ ഇന്ത്യാ റേഡിയോ, തുടങ്ങാൻ പോകുന്ന കോഴിക്കോട് നിലയങ്ങളിലെ സ്റ്റാഫ് ആർട്ടിസ്റ്റുകളുടെ പരി

ശീലകനായി പത്മനാഭൻ നായർ നിയോഗിക്കപ്പെടുന്നു. 1950 ലാണ് തിരുവനന്തപുരത്തെ 'ട്രാവൻകൂർ റേഡിയോ' ഓൾ ഇന്ത്യാ റേഡിയോയാകുന്നതും. പഴയ എം എൽ എ ക്വാർട്ടേഴ്സിൽ പ്രവർത്തിച്ചുകൊണ്ടിരുന്ന റേഡിയോ നിലയം, വഴുതയ്ക്കാട്ടുള്ള ദിവാന്റെ ബംഗ്ലാവായ "ഭക്തി വിലാസം" കെട്ടിടത്തിലേക്ക് മാറുന്നതും.

കോഴിക്കോട് ആകാശവാണി

കെ പത്മനാഭൻ നായരുടെ സമർത്ഥമായ നേതൃപാടവവും ദീർഘ വീക്ഷണവും ഈ റേഡിയോ നിലയത്തിനു പിന്നിലുണ്ട്. 1951 ൽ കോഴിക്കോട് കടപ്പുറത്ത് "കോഴിക്കോട് ഓൾ ഇന്ത്യാ റേഡിയോ" പ്രവർത്തനമാരംഭിക്കുന്നു. കോഴിക്കോടൻ കലാകാരന്മാർക്ക് പ്രശോഭിക്കാൻ ആകാശത്തുദിച്ച വെള്ളി നക്ഷത്രമായിരുന്നു അത്! തുടക്കക്കാരനായ കെ പത്മനാഭൻ നായരും ആദ്യത്തെ അസിസ്റ്റന്റ് സ്റ്റേഷൻ ഡയറക്ടറുമായ ശ്രീ. ജി പി എസ് നായരുമടങ്ങുന്ന വിദഗ്ദ്ധകമ്മിറ്റിയാണ്, നിലയത്തിലേക്കു പ്രശസ്ത സാഹിത്യകാരന്മാരെയും സംഗീതജ്ഞരെയും തെരഞ്ഞെടുക്കു

ആകാശവാണി കോഴിക്കോട്

ന്നത്. പി സി കുട്ടികൃഷ്ണൻ (ഉറൂബ്) തിക്കോടിയൻ, പി ഭാസ്കരൻ, കെ രാഘവൻ, ശാന്താ പൊതുവാൾ അവരിൽ ചിലർ മാത്രം.

പത്മനാഭൻ നായരും ശാന്താ പൊതുവാളും തമ്മിലുള്ള മദിരാശിയിലെ പരിചയം കോഴിക്കോട്ടെത്തിയപ്പോൾ പ്രേമമാകുന്നു. പ്രേമം പൂത്തുലഞ്ഞപ്പോൾ, അത് വിവാഹമെന്ന പൂമാലയാകുന്നു. ശാന്താ പൊതുവാൾ ശാന്താ പി നായരാകുന്നു. 1949 ൽത്തന്നെ ശാന്താ പി നായരുടെ മൂത്ത

സഹോദരിയായ ഇന്ദിരാ പൊതുവാൾ തിരുവനന്തപുരം ട്രാവൻകൂർ റേഡിയോയിൽ അനൗൺസറായി ജോലിയിൽ പ്രവേശിക്കുന്നു. അണ്ണാമലൈ യൂണിവേഴ്സിറ്റിയിൽനിന്ന് ബി എ ഓണേഴ്സ് ബിരുദം കരസ്ഥമാക്കിയ ശേഷമാണ് ജോലിയിൽ പ്രവേശിച്ചത്. 1954 ൽ ഇ എം ജോസഫ് വെണ്ണിയൂരിനെ പ്രേമിച്ചു വിവാഹം കഴിക്കുന്നു. നാഗർകോവിൽ 'സ്കോട്ട് ക്രിസ്ത്യൻ കോളേജിൽ' ഇംഗ്ലീഷ് അദ്ധ്യാപകനായിരുന്ന വെണ്ണിയൂരും ആകാശവാണിയിൽ പ്രവേശിക്കുന്നു. സ്റ്റേഷൻ ഡയറക്ടറാകുന്നു. അങ്ങനെ ഇന്ദിരാ പൊതുവാൾ, ഇന്ദിരാ ജോസഫാകുന്നു. കെ പത്മനാഭൻ നായരും ഇ എം ജോസഫ് വെണ്ണിയൂരും കമ്യൂണിസ്റ്റ് പ്രസ്ഥാനത്തിന്റെ നല്ല വക്താക്കളായിരുന്നു.

സംഗീതവും കമ്യൂണിസവും

കലയുടെ വിവിധ മേഖലകളിൽ പ്രവർത്തിക്കുന്ന സർഗ്ഗപ്രതിഭകളിൽ മിക്കവരും കമ്യൂണിസ്റ്റുകാരായിരിക്കുമെന്ന് എന്റെ ചിന്തയിലുദിച്ച വസ്തുതയാണ്. സാഹിത്യമായാലും സംഗീതമായാലും നാടകമായാലും. അതിനുള്ള തെളിവുകൾ ഏറെയാണ്. എറണാകുളത്തെ പള്ളിപ്പറമ്പിൽ പാടിത്തുടങ്ങിയ ഞാൻ പിന്നീട് ചെന്നെത്തിയത് കമ്യൂണിസ്റ്റ് ചായ്വുള്ള ആസാദ് ആർട്സ് ക്ലബ്ബിലായിരുന്നു ഞങ്ങളുടെ നായകൻ സഖാവ് പി ജെ ആന്റണിയും. അദ്ദേഹം രചിച്ച ചില രാഷ്ട്രീയ നാടകങ്ങളിൽ ഞാൻ പാടിയിട്ടുമുണ്ട്. മനസ്സിനെ ഇപ്പോഴും തഴുകിക്കൊണ്ടിരിക്കുന്ന ഒന്നുരണ്ടോർമ്മകൾ കൂടി പങ്കുവയ്ക്കട്ടെ.

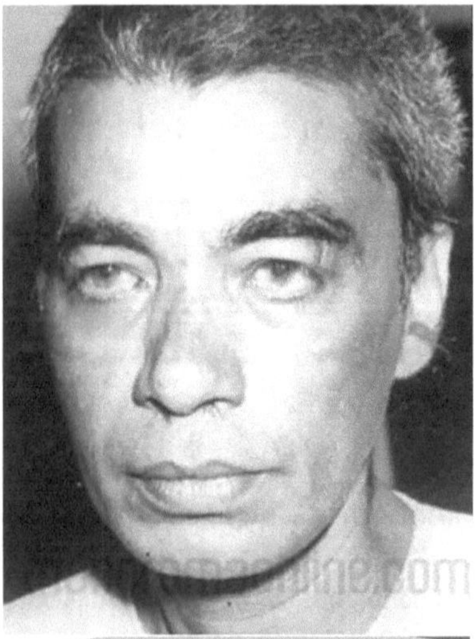
പി ജെ ആന്റണി

എറണാകുളത്ത് അരങ്ങേറിയ കമ്യൂണിസ്റ്റ് പാർട്ടിയുടെ ഏതോ സംസ്ഥാന സമ്മേളനത്തിൽ പി ജെ ആന്റണി രചിച്ച് ജോബ് ആന്റ് ജോർജ് ഈണം പകർന്ന "സമരഭൂവിൽ ഉയിർവെടിഞ്ഞ ധീരരേ..." എന്ന ഗാനം ഡർബ്ബാർ ഹാൾ ഗ്രൗണ്ടിൽ 101 പേർ ചേർന്നു പാടുകയുണ്ടായി. മരട് ജോസഫ്, മെഹബൂബ്, സി ഒ ആന്റോ, സീറോ ബാബു തുടങ്ങിയ മുൻനിര ഗായകരുടെ കൂട്ടത്തിൽ ജൂനിയർ ഗായകനായി ഞാനുമുണ്ടായിരുന്നു. മനുഷ്യമനസ്സിനെ പിടിച്ചുകുലുക്കുന്ന വിപ്ലവഗാനം! കമ്യൂണിസ്റ്റ് പ്രസ്ഥാനത്തിന്റെ സംഗീത ശബ്ദമായ കെ എസ് ജോർജിന്റെ കൂടെ ഒരു വർഷം സഹഗായകനായതും ശ്രുതിമീട്ടുന്ന ഓർമ്മയാണ്. "ബലികുടീരങ്ങളെ..." എന്ന അന

ശ്വരഗാനം ജോർജേട്ടന്റെ കൂടെ എത്ര വേദികളിലാണ് ഞാൻ പാടിയത്...

....

"ഇല്ലിമുളം കാടുകളിൽ ലല്ലലലം
പാടി" വരുന്ന തെന്നൽ പോലെ.

പത്മനാഭൻ നായരുടെയും ശാന്താ പി നായരുടെയും ദാമ്പത്യ ജീവിതം ശാന്തമായി ഒഴുകിക്കൊണ്ടിരുന്നു. 1951 ജൂൺ മാസം ശാന്ത സ്വന്തം തറവാടായ പൊതുവാൾ അമ്പാടിയിൽവെച്ച് ഒരു പെൺ കുഞ്ഞിനെ പ്രസവിക്കുന്നു. ലതാ മങ്കേഷ്കറുടെ കടുത്ത ആരാധികയായ ശാന്താ പി നായർ മകൾക്ക് ലതയെന്നു പേരുമിടുന്നു. പിൽക്കാലത്ത് പേര്

ഇ എം ജെ വെണ്ണിയൂർ

അന്വർത്ഥമായി. ലത പാട്ടുകാരിയുമായി. ഈയവസരത്തിലാണ് തിരുവനന്തപുരം ആകാശവാണിയിലേക്കുള്ള പത്മനാഭൻ നായരുടെ സ്ഥലം മാറ്റം. കുടുംബം പത്മനാഭന്റെ മണ്ണിലേക്ക് ചേക്കേറുന്നു. തിരുവനന്തപുരം ആകാശവാണിയിൽ ന്യൂസ് റീഡറായ ഇന്ദിരാ പൊതുവാളും ഇ എം ജെ വെണ്ണിയൂരും താമസിക്കുന്ന വീട്ടിൽ ഇവരും കൂടുന്നു. പ്രസവാനന്തരം ശാന്തയ്ക്ക് ചേർത്തല ഗോപാലൻ നായരുടെ ശിക്ഷണം കൂടി ലഭിച്ചപ്പോൾ ലളിതഗാനശാഖ മിന്നിത്തിളങ്ങാൻ തുടങ്ങി. ശാന്താ പി നായർക്ക് ധാരാളം കച്ചേരികളും ഗാനമേളകളും ലഭിക്കാൻ തുടങ്ങി. പത്മനാഭൻ നായരുടെ പ്രേരണയോടെ കമ്യൂണിസ്റ്റ് പാർട്ടിയോഗങ്ങളിലും പാടാൻ

ശാന്താ പി നായരുടെ സംഗീത പരിപാടി

തുടങ്ങി. പില്ക്കാലത്ത് പ്രശസ്തനായ എം എസ് ബാബുരാജാണ് ഈയവസരത്തിൽ ഹാർമ്മോണിയം വായിച്ചിരുന്നത്. ഈ കാലഘട്ടത്തിലാണല്ലോ ശാന്താ പി നായർ *തിരമാല*യിൽ പാടുന്നത്. 1953 ൽ ചിത്രം റിലീസായപ്പോൾ കുടുംബസമേതം തിരുവനന്തപുരം ന്യൂ തിയേറ്ററിൽ കണ്ടത് സഹോദരി ഇന്ദിരാ ജോസഫ് ഇപ്പോഴുമോർമ്മിക്കുന്നു. *തിരമാല*യിലെ ഗാനങ്ങൾ റേഡിയോയിൽ അനിയത്തിയുടെ പേര് പറഞ്ഞ് പ്രക്ഷേപണം ചെയ്തതും ഈ ചേച്ചിതന്നെ.

തിരമാലയ്ക്കുശേഷം നീലക്കുയിൽ

1954 ലാണ് ഫോർട്ടു കൊച്ചിക്കാരൻ ടി കെ പരീക്കുട്ടി ഒരു സംഘം യുവപ്രതിഭകളോടൊപ്പം ചേർന്ന് ഒരു സിനിമാ നിർമ്മിക്കുവാൻ പദ്ധതിയിടുന്നത്. അത് കോഴിക്കോട് ആകാശവാണിയുടെ കൂട്ടായ്മ കൂടിയായിരുന്നു. കഥയും തിരക്കഥയും കോഴിക്കോട് ആകാശവാണിയിലെ ഉറൂബ് മെനഞ്ഞെടുത്തപ്പോൾ, സംഗീത വിഭാഗം പി ഭാസ്കരനും കെ രാഘവനും ചേർന്ന് ഏറ്റെടുത്തു. ലളിതഗാന വിഭാഗത്തിലെ ശാന്താ പി നായർ, കോഴിക്കോട് അബ്ദുൾ ഖാദർ, പുഷ്പ, ജാനമ്മ ഡേവിഡ്, കൊച്ചിക്കാരൻ മെഹബൂബും പാട്ടുകാരായി. രാമു കാര്യാട്ടും പി ഭാസ്കരനും ചേർന്ന് സംവിധാനച്ചുമതല ഏറ്റെടുത്തു. സിനിമയ്ക്ക് മനോഹരമായ പേരുമിട്ടു. *നീലക്കുയിൽ*

മാറ്റത്തിന്റെ കുയിൽനാദവുമായി ചന്ദ്രതാരയുടെ *നീലക്കുയിൽ* മലയാള ചലച്ചിത്ര വിഹായസ്സിൽ പറന്നുപറന്നുയർന്നു. സമൂഹത്തിലെ ഉച്ചനീചത്വങ്ങൾക്കെതിരെ കൊടുങ്കാറ്റുപോലെ ആഞ്ഞടിച്ച പി സി കുട്ടികൃഷ്ണന്റെ (ഉറൂബ്) വികാരതീവ്രമായ പ്രമേയത്തിന്റെ ലളിതസുന്ദര ചല

നീലക്കുയിൽ: ശാന്ത പി നായർ എന്ന ഗായികയുടെ ശ്രദ്ധേയ സാന്നിദ്ധ്യം

ച്ചിത്രാവിഷ്കാരം എത്ര ഭാവദീപ്തമായിട്ടാണ് രാമുകാര്യാട്ടും പി ഭാസ്കരനും കൂടി ഒരുക്കിയത്.

പുതിയൊരു സിനിമാ സംസ്കാരം മലയാളി സമൂഹം നന്മനിറഞ്ഞ മനസ്സോടെ ഏറ്റുവാങ്ങി. കാരണങ്ങൾ പലതാണ്. മലയാള ഭാഷയ്ക്ക് ചിലങ്കയണിഞ്ഞ പി ഭാസ്കരന്റെ ലളിതസുന്ദരമായ ഈരടികൾക്ക് കെ രാഘവന്റെ ചക്കരയിൽ മുക്കിയ ഈണം. മറ്റൊരു കോഴിക്കോട്ടുകാരനായ എ വിൻസെന്റിന്റെ പുതുമ നിറഞ്ഞ ദൃശ്യഭാഷ്യം. സത്യൻ, മിസ്. കുമാരി, പ്രേമ, ജെ ആർ ആർ ആനന്ദ് മിസ്റ്റർ വിപിൻ ഛായാഗ്രാഹകനായി മാറിയ വിപിൻ മോഹൻ) എന്നിവരുടെ പ്രോജ്ജ്വലമായ ഭാവാഭിനയം. താനൊരു ഗാനരചിയാതവുമാത്രമല്ല മികച്ച അഭിനേതാവുകൂടിയാണെന്ന് പി ഭാസ്കരൻ തെളിയിച്ച സിനിമ. അദ്ദേഹം ജീവൻ പകർന്ന പോസ്റ്റുമാന്റെ വേഷം ശ്ലാഘനീയം. ശാന്ത പി നായർ “ഉണരുണരു ഉണ്ണിക്കണ്ണാ...” എന്ന ഗാനത്തിലൂടെ തന്റെ ശാസ്ത്രീയ സംഗീത പരിജ്ഞാനം തെളിയിച്ച സിനിമ. മെഹബൂബിന്റെ “മാനെന്നും വിളിക്കില്ല..” ജാനമ്മ ഡേവിഡ് പാടിയ

"എല്ലാരും ചൊല്ലണ്" കുയിലിനെത്തേടി കോഴിക്കോട് അബ്ദുൾഖാദറിന്റെ ആർദ്രത നിറഞ്ഞ ശബ്ദത്തിൽ മുഴങ്ങിയ "എങ്ങനെ നീ മറക്കും കുയിലേ.." സർവ്വോപരി രാഘവൻ മാഷ് പാടിയ "കായലരികത്ത് വലയെറിഞ്ഞപ്പോ" മലയാള സിനിമ ഉള്ളിടത്തോളം കാലം ഈ പാട്ടുകളെല്ലാം ഈണത്തിന്റെ സുഗന്ധവാഹിനിയായിരിക്കും. അതുകൊണ്ടുതന്നെയാണ് *നീലക്കുയിൽ* പ്രസിഡന്റിന്റെ വെള്ളിമെഡൽ കരസ്ഥമാക്കിയതും. *നീലക്കുയിലി*ന്റെ അണിയറ ശില്പികൾ കേന്ദ്രസർക്കാരിന്റെ വെള്ളിമെഡൽ സ്വീകരിച്ചതിനുശേഷം ഡൽഹി മലയാള സംഘടനയ്ക്കുവേണ്ടി ചിത്രത്തിന്റെ ഒരു പ്രദർശനം നടത്തുകയുണ്ടായി. സിനിമ കണ്ടതിനുശേഷം പ്രശസ്ത സാഹിത്യകാരൻ ഓംചേരി (ഓംചേരി നാരായണപിള്ള) ശാന്താ പി നായരോട് പറഞ്ഞതിങ്ങനെയാണ്.

"എന്തിനധികം പാടണം?

പി ഭാസ്കരൻ, രാമുകാര്യാട്ട്, കെ രാഘവൻ

ഉണരുണരൂ പോലെ ഒറ്റപ്പാട്ടു പാടിയാൽ
പോരെ മലയാളികൾക്ക് ശാന്തയെ ഓർമ്മിക്കാൻ?"

നാടകലോകത്ത് മിന്നിത്തിളങ്ങിയ പരവൂർ ദേവരാജനും ഒ എൻ വി കുറുപ്പും സിനിമയിൽ അരങ്ങേറ്റം കുറിക്കുന്നത് 1955 ൽ *കാലം മാറുന്നു* എന്ന സിനിമയോടെയാണ്. ഒപ്പം നാടക ഗായകനായ കെ എസ് ജോർജും. ശാന്താ പി നായരുടെ മൂന്നാമത്തെ ചിത്രത്തിൽ ജോർജുമൊത്ത് ഒരു യുഗ്മഗാനമാലപിച്ചു. "പോവണോ പോവണോ..." കല്യാണത്തിനുശേഷം പത്മനാഭൻ നായരുടെ നിർബ്ബന്ധപ്രകാരം കോഴിക്കോട് ആകാശവാണിയിലെ ജോലി ശാന്താ പി നായർ രാജി വെച്ചിരുന്നു. തിരുവനന്തപുരത്തു നിന്നും വീണ്ടും പത്മനാഭൻ നായർ കോഴിക്കോട് നിലയത്തിലെത്തിയപ്പോൾ പ്രശസ്തിയിലെത്തിയ ശാന്ത പി നായർ ഭർത്താവിന്റെ കലാ

സാംസ്കാരിക മേഖലകളിൽ സജീവ സാന്നിദ്ധ്യമായി പ്രവർത്തിച്ചിരുന്നു. കോൺട്രാക്ട് അടിസ്ഥാനത്തിൽ ശാന്ത ധാരാളം ലളിതഗാനങ്ങൾ റേഡിയോയ്ക്കു വേണ്ടി പാടുമായിരുന്നു. കോഴിക്കോട് ആകാശവാണിയുടെ പുഷ്കരകാലം.

ഈണം പകരാൻ സ്റ്റാഫ് ആർട്ടിസ്റ്റുമാരായ കെ രാഘവൻ, നാഗർകോവിലിൽനിന്നെത്തിയ വയലിനിസ്റ്റ് ബി എ ചിദംബരനാഥ് (പിന്നീടദ്ദേഹം സിനിമാ സംഗീതസംവിധായകനായി), പുല്ലാങ്കുഴൽ വിദ്വാൻ ഗുരുവായൂർ ശ്രീകൃഷ്ണൻ (പില്ക്കാലത്ത് ഇദ്ദേഹം സ്റ്റേഷൻ ഡയറക്ടർ വരെയായി), കോൺട്രാക്ട് അടിസ്ഥാനത്തിലെത്താറുള്ള എം എസ് ബാബുരാജ് (പില്ക്കാലത്തെ പ്രശസ്ത സിനിമാ സംവിധായകൻ), ഗായകരായ കോഴിക്കോട് അബ്ദുൾ ഖാദർ, എ കെ സുകുമാരൻ, മച്ചാട്ട് വാസന്തി, പുഷ്പ, കണ്ണൂർ രാജൻ, പാലയാട് യശോദ അങ്ങനെയൊരു വൻനിര! ഇതിലേറെ മിന്നിത്തിളങ്ങിയത് ചലച്ചിത്രഗായികകൂടിയായ ശാന്താ പി നായരായിരുന്നു. ഇന്ദിരാജോസഫിന്റെ ഓർമ്മയിൽ ശാന്ത പാടിയ രണ്ട് റേഡിയോ ഗാനങ്ങൾ ഇവിടെ കുറിക്കുന്നു. ബാബുരാജ് ഈണം പകർന്ന "കഥകളിതൻ നാട്ടിലുള്ള കലാറാണി ഞാൻ.." ചിദംബരനാഥ് ട്യൂൺ ചെയ്ത "അന്തിമയങ്ങി മലർകാവ് മങ്ങി." ഈ ലേഖകന് ഓർമ്മയുള്ള മറ്റൊരു പ്രശസ്ത ഗാനം കൂടിയെഴുതുന്നു. ഇതും ബാബുരാജ് ഈണം പകർന്നതുതന്നെ! "ഉച്ചമര പൂന്തണലിൽ കൊച്ചു കളിവീടുകെട്ടി..."

ഒരു മലബാറിയൻ റേഡിയോ സംസ്കാരത്തിന്റെ തുടക്കക്കാരൻ ശ്രീ. കെ പത്മനാഭൻ നായരായിരുന്നുവെന്നു പറയുന്നതിൽ അതിശയോക്തിയുണ്ടാവില്ല. അതിലെടുത്തു പറയേണ്ടത് കോഴിക്കോട് ആകാശവാണിയുടെ നാടകരംഗമാണ്.

ആദ്യ ഘട്ടത്തിൽപ്പെട്ട മികച്ച സ്വഭാവനടനായ കുഞ്ഞാണ്ടി, ഹാജി അബ്ദുൾ റഹ്മാൻ, കെ പി ഉമ്മർ, കുഞ്ഞാവ, നെല്ലിക്കോട് ഭാസ്കരൻ, ശാന്താദേവി, കുതിരവട്ടം പപ്പു, സി ലക്ഷ്മിദേവി, മായാ നാരായണൻ, കെ വി രാമചന്ദ്രൻ, ബാലകൃഷ്ണമേനോൻ, നീളുന്നു ആ വൻ നിര. ഇവരിൽ പലരും പിന്നീട് സിനിമാ നടന്മാരായി എന്നതും വസ്തുതയാണ്. സ്റ്റാഫ് ആർട്ടിസ്റ്റായി ചേർന്ന പി ഭാസ്കരനും പി സി കുട്ടികൃഷ്ണനും തിക്കോടിയനും നായകനായ പത്മനാഭൻ നായരും റേഡിയോയുടെ മർമ്മമറിയുന്ന സ്ക്രിപ്റ്റെഴുത്തുകാരുമായി!

പിന്നണിഗാനരംഗത്ത് ശാന്താ പി നായർക്ക് വഴിത്തിരിവായത് 1956ൽ റിലീസായ *രാരിച്ചൻ എന്ന പൗരൻ* എന്ന സിനിമയാണ്. പി ഭാസ്കരൻ, കെ രാഘവൻ കൂട്ടുകെട്ടിൽ വീണ്ടും നാടൻ ശീലുകളുടെ ശിങ്കാരിമേളം. രാമുകാര്യാട്ട് സംവിധാനം ചെയ്ത ഈ ചിത്രത്തിൽ മൊത്തം പത്തു പാട്ടുകൾ ഒന്നിനൊന്നു മെച്ചമായിരുന്നെങ്കിൽക്കൂടി സൂപ്പർ ഹിറ്റായതു ശാന്താ പി നായർ, ഗായത്രി ശ്രീകൃഷ്ണൻ ചേർന്നുപാടിയ "നാഴിയുരിപ്പാലുകൊണ്ട്", ശാന്ത പി നായർ സോളോ ആയിട്ടുപാടിയ "പൂമുറ്റത്തൊരു

മുല്ല വിരിഞ്ഞു," മെഹബൂബ് പാടിയ "പണ്ടു പണ്ടു പണ്ടു നിന്നെ കണ്ട നാളയാ.." "ഈ പെണ്ണിന്റെ കണ്ണിനകത്തൊരു ഞെക്കുവിളക്കുണ്ട്" എന്നീ പാട്ടുകളാണ്. കേരളീയ പൈതൃകം തുടിച്ചുനില്ക്കുന്ന ഈ ഗാനങ്ങൾ മലയാളിയുടെ മനസ്സിൽ ഇന്നു ഗൃഹാതുരത്വമുണർത്തുന്നു റേഡിയോ കൂടാതെ നാടായനാടാകെ കോളാമ്പി സ്പീക്കറിൽ അക്കാലത്ത് മുഴങ്ങിയതും ഈ പാട്ടുകൾതന്നെ! എന്റെ ബാല്യസ്മരണ കൂടി മനസ്സിലൂറി വരുന്നു.

എനിക്കു 12 വയസ്സു പ്രായം. പിതാവിന്റെ ഇളയ സഹോദരൻ അലക്സാണ്ടറിന്റെ കല്യാണ മേളം ഞങ്ങളുടെ വീട്ടുമുറ്റത്ത് തകൃതിയായി നടക്കുന്നു. ആ കരയിൽ ആദ്യമായി 'തെങ്ങേപ്പാട്ട്' അഥവാ തെങ്ങിന്റെ മുകളിൽ കെട്ടിയിരിക്കുന്ന കോളാമ്പിയിൽ സിനിമാപ്പാട്ട് മുഴങ്ങിയ ശുഭ മുഹൂർത്തം! സ്വനഗ്രാഹിയിൽ റിക്കോർഡിന്റെ ഒരു വശത്ത് മുഴങ്ങിയത്

"നാഴിയുരിപ്പാലുകൊണ്ട്
നാടാകെ കല്യാണം
നാലഞ്ചു തുമ്പകൊണ്ട്
മാനത്തൊരു പൊന്നോണം."

എങ്കിൽ മറുവശത്ത്

"പണ്ട് പണ്ട് പണ്ട് നിന്നെ കണ്ട നാളയാ
പാട്ടുപാടാനറിയാത്ത താമരക്കിളി നീ.."

നാട്ടാരുടെ ആവശ്യപ്രകാരം ഈ പാട്ടുകൾ വെള്ളാപ്പറമ്പിലെ ആകാശവാണിയായി. എറണാകുളം പള്ളിപ്പറമ്പിലെ എന്റെ ഗാനാലാപന വേളയിൽ ജില്ലാ അടിസ്ഥാനത്തിലുള്ള സംഗീതമത്സരത്തിൽ ഞാൻ ഒന്നാം സമ്മാനാർഹനായത് ശാന്താ പി നായരുടെ "പൂമുറ്റത്തൊരു മുല്ല വിരിഞ്ഞു" എന്ന ഗാനം പാടിയിട്ടാണ്.

കൊച്ചുലതയുടെ കോഴിക്കോട്ടെ പ്രാഥമിക വിദ്യാഭ്യാസം പൂർത്തിയാക്കുന്നതിനുമുമ്പുതന്നെ പത്മനാഭൻ നായർക്ക് മദിരാശി ആകാശവാണിയിലേക്ക് ട്രാൻസ്ഫർ. ഉർവ്വശി ശാപം ഉപകാരമായതുപോലെ. പൂർവ്വാധികം ശക്തിയോടെ കേരള സമാജത്തിനും ജയകേരളത്തിനും വേണ്ടിയും അദ്ദേഹത്തിന് പ്രവർത്തിക്കുവാൻ സാധിച്ചു. സമാജത്തിന്റെ കെട്ടിടം പണി എഗ്മൂരിലെ പൂതമല്ലിക റോഡിനു സമീപം നടക്കുന്നതുകൊണ്ട് അതിനടുത്തു തന്നെ താമസവും തുടങ്ങി. മദിരാശിയിലെ സ്ഥിരതാമസം ശാന്താ പി നായരുടെ സിനിമാ പിന്നണി സംഗീതത്തിനും സഹായകമായി.

മദിരാശി ആകാശവാണിയിലും ശാന്താ പി നായർക്ക് നല്ലൊരു സംഗീതക്കൂട്ടുണ്ടായിരുന്നു. വേറിട്ട ശാസ്ത്രീയ സംഗീതത്തിന്റെ വക്താവായ എം ബാലമുരളി കൃഷ്ണ റേഡിയോയിൽ മ്യൂസിക് പ്രൊഡ്യൂസറായി പ്രവേശിച്ച സമയം. അദ്ദേഹവും ശാന്തയെ സംഗീതമഭ്യസിപ്പിക്കുക മാത്രമല്ല ചില യുഗ്മ ഗാനങ്ങൾ നിലയത്തിനു വേണ്ടി ഇവർ പാടുകയും ചെയ്തു. കെ പത്മനാഭൻ നായർ റേഡിയോ പ്രവർത്തനത്തിനു പുറമേ കേരള സമാജം, ജയകേരളം പ്രവർത്തനങ്ങളിലും വ്യാപൃതനായി. രണ്ടു

മൂന്നു സുപ്രധാന സംഭവങ്ങൾ ശാന്താ പി നായരുടെ ജീവിതത്തിൽ സംഭവിക്കുന്നതും ഈ ഘട്ടത്തിലാണ്.

സമസ്ത കേരള സാഹിത്യത്തിന്റെ മദിരാശിയിലെ മഹാസമ്മേളനത്തിന് ചുക്കാൻ പിടിച്ചത് പത്മനാഭൻ നായരായിരുന്നു. കോഴിക്കോട് ഓൾ ഇന്ത്യാ റേഡിയോയിലെ 150 രൂപാ ശമ്പള ജോലിയുപേക്ഷിച്ച് പി ഭാസ്കരൻ ഫുൾടൈം സിനിമാക്കാരനായി മദിരാശിയിൽ ജീവിക്കുന്ന സമയം. സമ്മേളനത്തിനു വേണ്ടി ഭാസ്കരൻ രചിച്ച് മദിരാശി എ ഐ ആറിലെ കംപോസർ മല്ലിക് ഈണം പകർന്നു "കേരളമേ കേരളമേ പ്രാവീണ്യ കേദാരമേ..." എന്ന ഗാനം ശാന്താ പി നായർ മഹാകവി ജി ശങ്കരക്കുറുപ്പിന്റെ മഹനീയ സാന്നിദ്ധ്യത്തിൽ പാടി. രണ്ടാമത്തെ സംഭവം സിനിമാനടൻ എം ജി രാമചന്ദ്രൻ തന്റെ തമിഴ് സിനിമ *നാടോടി മന്നനു* വേണ്ടി ശാന്താ പി നായരെ പാടാൻ ക്ഷണിക്കുന്നതാണ്.

ശാന്താ പി നായർക്ക് എം ജി ആറിന്റെ ക്ഷണം!

പാവങ്ങളുടെ തോഴനും തമിഴ് സിനിമയിലെ 'പുരട്ച്ചിത്തലൈവനു'മായ എം ജി ആർ സ്വന്തമായി ഒരു തമിഴ് സിനിമ നിർമ്മിച്ച് സംവിധാനം ചെയ്യാൻ പോകുന്നു, *നാടോടി മന്നൻ.* അണ്ണാദുരൈയുടെ വിശ്വസ്ത ശിഷ്യനും ഡി എം കെ പ്രചാരകൻ കൂടിയായ എം ജി ആറിന് പാർട്ടിയുടെ ആദർശങ്ങൾ സിനിമയിലൂടെ പ്രചരിപ്പിക്കുന്ന ദൗത്യം കൂടിയുണ്ടായിരുന്നു.

ദുഷ്ട ശക്തികൾ നല്ലവനായ രാജാവിനെ തടവിലാക്കി നാട്ടിൽ ദുഷ്ഭരണം നടത്തിക്കൊണ്ടിരിക്കുന്ന അവസരത്തിൽ ആദർശശുദ്ധിയും വിപ്ലവ ചിന്തയുമുള്ള ഒരു നാടോടി "എതിരാളികളെ അടിച്ചമർത്തി മന്നനാകുന്ന" ലളിത സുന്ദരമായ കഥ എം ജി ആർ തന്നെ മെനഞ്ഞെടുക്കുന്നു. മന്നന്റെ

എം ജി ആർ

കിരീടധാരണവേളയിൽ തമിഴ്, തെലുങ്ക്, മലയാളം, കന്നഡ ഭാഷകളിൽ അതിമനോഹരമായ ഒരു സംഘനൃത്തം അദ്ദേഹം തന്നെ പ്ലാൻ ചെയ്യുന്നു. ചുറ്റും നടക്കുന്നതെന്തും അതിസൂക്ഷ്മമായി നിരീക്ഷിച്ചുകൊണ്ടിരിക്കുന്ന എം ജി ആർ ഇതിനകം ശാന്താ പി നായരെക്കുറിച്ചറിഞ്ഞുകഴിഞ്ഞിരിക്കുന്നു. നൃത്തരംഗത്തിലെ മലയാള ഗാനം പാടാൻ ശാന്താ പി നായരെ ക്ഷണിക്കുന്നു. എസ് എം സുബ്ബയ്യാ നായിഡുവിന്റെ സംഗീതത്തിൽ മലയാളത്തനിമയിൽ ഈണം ചിട്ടപ്പെടുത്തുവാൻ സഹായിച്ചത് സംഗീതജ്ഞനും മലയാളിയുമായ എം ജി ആർ തന്നെയായിരുന്നു.

റിക്കോർഡിങ് വേളയിൽ പത്മനാഭൻ നായരും കൊച്ചുമകൾ ലതയും സ്റ്റുഡിയോയിലെത്തിയിരുന്നു. എം ജി ആറിന്റെ വാത്സല്യമേല്ക്കാനുള്ള ഭാഗ്യവും കൊച്ചു ലതയ്ക്കുണ്ടായി. പ്രതിഫലമായി ശാന്താ പി നായർക്ക് അദ്ദേഹം കൊടുത്തത് 1001 രൂപയായിരുന്നു. ഇന്നത്തെ ഏതാണ്ട് ഒരു ലക്ഷത്തിനു സമം! മൂന്നാമത്തെ സംഭവം. *കൂടപ്പിറപ്പ്.*

മലയാള ചലച്ചിത്ര ഗാനശാഖയിൽ വീണ്ടുമെത്തുന്ന സംഗീതത്തിന്റെയും സാഹിത്യത്തിന്റെയും പുതിയൊരു നിറക്കൂട്ട്! അത് സംഭവിച്ചത് 1956 ൽ പുറത്തുവന്ന *കൂടപ്പിറപ്പ്* എന്ന ചിത്രത്തിലൂടെയും *സ്നേഹസീമ* (1974) എന്ന സിനിമയുടെ സഹസംവിധാനത്തിനുശേഷം ജെ ഡി തോട്ടാൻ ഏതാനും പുതുമുഖങ്ങളെ അവതരിപ്പിച്ച സിനിമയാണ് ചിറയിൻകീഴ് ഖദീജ പ്രൊഡക്ഷൻസിന്റെ *കൂടപ്പിറപ്പ്.* പ്രേംനസീറിന്റെ ഇളയ സഹോദരൻ പ്രേംനവാസ് നായകൻ, ലളിത-പത്മിനി -രാഗിണിമാരുടെ ബന്ധുകൂടിയായ അംബിക നായിക. കഥാപാത്രങ്ങൾ പുതിയ മുഖങ്ങളായതുകൊണ്ട് തിരക്കഥ ശക്തമായിരിക്കണമെന്ന് സംവിധായകൻ ജെ ഡി തോട്ടാന് നിർബ്ബന്ധമുണ്ടായിരുന്നു. അതിനുവേണ്ടി അദ്ദേഹം സമീപിച്ചത് വൈക്കം മുഹമ്മദ് ബഷീറിനെയായിരുന്നു. സുഖമില്ലാതെ കിടപ്പിലായിരുന്നതുകൊണ്ട് തന്റെ ശിഷ്യനായ കഥാകാരൻ പോഞ്ഞിക്കര റാഫിയെയാണ് ശുപാർശ ചെയ്തത്. പാട്ടുകൾ എഴുതാൻ ഒരു പുതുമുഖമായാൽ നന്നായിരിക്കുമെന്ന് തോട്ടാൻ ബഷീറിനോടാവശ്യപ്പെടുന്നു.

കേട്ടപാടെ ബഷീർ നിർദ്ദേശിച്ചത് ഒരു നമ്പൂതിരിക്കുട്ടനെയായിരുന്നു. അവൻ മിടുക്കനാ. ബഷീർ കൊടുത്ത വിലാസവുമായി തോട്ടാൻ വയലാറിലേക്ക് യാത്ര തിരിച്ചു. ആ കുട്ടൻ തമ്പുരാൻ മറ്റാരുമായിരുന്നില്ല. സാക്ഷാൽ വയലാർ രാമവർമ്മ തന്നെ. കുട്ടനെയും കൂട്ടി തോട്ടാൻ എറണാകുളത്തേക്ക് തിരിക്കുന്നു. ആദ്യമെഴുതേണ്ട ഗാനത്തിന്റെ രംഗം വിവരിക്കുന്നു. നിമിഷങ്ങൾക്കകം ഗാനം പിറവിയെടുക്കുന്നു. വയലാറിന്റെ പ്രഥമ സിനിമാഗാനം.

"തുമ്പി തുമ്പി വാ വാ
ഈ തുമ്പത്തണലിൽ വാ വാ..."

നായകനെ കാത്ത് നായിക വിഷാദചിത്തയായി പാടുന്ന ആർദ്ര ഗാനമായിരുന്നു അത്. ഈയൊരു ഗാനത്തിലൂടെയാണ് ശാന്താ പി നായർ പ്രശസ്തയായത്. ശാന്താ പി നായരുടെ മകൾ ലതയും ഭർത്താവായ ഞാനും 1996 ൽ അമേരിക്ക സന്ദർശിച്ചപ്പോൾ ന്യൂജേഴ്സിയിൽവെച്ച് *കൂടപ്പിറപ്പി*ലെ നായിക അംബികയുടെ അഭിമുഖമെടുക്കുകയുണ്ടായി. അതിന്റെ തുടർച്ചയെന്നോണം സംവിധായകൻ ജെ ഡി തോട്ടാനെ ഇരിങ്ങാലക്കുടയിൽ ചെന്നു കണ്ടപ്പോഴാണ് വയലാറിനെക്കുറിച്ചുള്ള പരമാർശമുണ്ടായത്.

ഹിറ്റുകളുടെ പെരുമഴ!

1956 ൽ റിലീസായ *കൂടപ്പിറപ്പിൽ* വയലാറും രാഘവൻ മാഷും ചേർന്നൊരുക്കി, ശാന്താ പി നായർ പാടിയ

ശാന്താ പി നായർ കെ പത്മനാഭൻ നായർക്കൊപ്പം

ജെ എം രാജു

"പൂമുല്ല പൂത്തല്ലോ പൂമാല കോർത്തല്ലോ"
"എന്തിനു പൊൻ കനികൾ കിനാവിൽ"
"അങ്ങാടി തോറ്റുമടങ്ങിയ മുറി മീശക്കാരാ..."

എന്നീ ഗാനങ്ങൾ എക്കാലത്തെയും ഹിറ്റുകളായി!

മലയാള ചലച്ചിത്ര ചരിത്രം പരിശോധിക്കുകയാണെങ്കിൽ 1938 ൽ റിലീസായ പ്രഥമ ശബ്ദചിത്രം *ബാലൻ* തൊട്ട് 1960 വരെയുള്ള കാലഘട്ടത്തിൽ വർഷംതോറും വെളിയിൽ വന്ന സിനിമകൾ ശരാശരി എട്ടെണ്ണം മാത്രമായിരുന്നു. 1949 വരെ ആണ്ടിൽ ഒരു സിനിമ മാത്രം. ആ വർഷത്തെ *വെള്ളിനക്ഷത്ര*ത്തിന്റെ നിർമ്മാതാക്കളായ ആലപ്പുഴയിലെ ഉദയാ സ്റ്റുഡിയോയും 1952 ലെ *ആത്മശാന്തി* തൊട്ട് തിരുവനന്തപുരത്തെ മെരിലാന്റും അതേവർഷത്തെ *അമ്മ* തൊട്ട് മദിരാശിയിലെ അസോസിയേറ്റ്സും ശക്തമായി രംഗത്തുണ്ടായിരുന്നു. ഓണത്തിനും ക്രിസ്മസിനും ഈ നിർമ്മാണ ക്കമ്പനികളുടെ സിനിമകളും റിലീസു ചെയ്യുമായിരുന്നു.

മെരിലാന്റ് ചിത്രത്തിൽ ശാന്താ പി നായർ ആദ്യമായി പാടുന്നത് 1957 ൽ റിലീസായ മുട്ടത്തുവർക്കിയുടെ *പാടാത്ത പൈങ്കിളി*യിലൂടെയായിരുന്നു. തുടർന്ന് പി സുബ്രഹ്മണ്യത്തിന്റെ സംവിധാനത്തിൽ ശാന്താ പി നായർ മെരിലാന്റ് സിനിമകളിൽ പാടുവാൻ തുടങ്ങുന്നു. സ്റ്റാഫ് കലാകാരന്മാരായ തിരുനയിനാർകുറിച്ചിയുടെ വരികൾ ബ്രദർ ലക്ഷ്മണന്റെ സംഗീതം.

അതേവർഷം തന്നെയാണ് ബാബുരാജ് സ്വതന്ത്ര സംഗീത സംവിധായകനായ *മിന്നാമിനുങ്ങിനു* വേണ്ടി ശാന്താ പി നായർ പാടുന്നത്. രാമു കാര്യാട്ട് സംവിധാനം ചെയ്ത *മിന്നാമിനുങ്ങി*ന്റെ ഗാനരചന പി ഭാസ്കരന്റേതായിരുന്നു.

"വാലിട്ടു കണ്ണെഴുതണം.."
"ഒരു വട്ടി പൂ തരണം..."

താമസിയാതെ മെരിലാന്റിന്റെ *ജയിൽപ്പുള്ളിക്കു* വേണ്ടി ഒരു യുഗ്മ ഗാനമാലപിക്കുന്നു. ശാന്താ പി നായരും കമുകറ പുരുഷോത്തമനും ചേർന്നു പാടിയ "സംഗീതമേ ജീവിതം ഒരു മധുര സംഗീതമേ ജീവിതം.." ശാന്താ പി നായരുടെ ഹിറ്റുകളിലൊന്നാണ്. തിരുനയിനാർ കുറിച്ചിയുടെ രചനാ വൈഭവം തുളുമ്പുന്ന വരികൾക്ക് ബ്രദർ ലക്ഷ്മണന്റെ ഇമ്പമൂറുന്ന സംഗീതം!

മെരിലാന്റിലെ പി സുബ്രഹ്മണ്യം തന്നെയാണ് ശാന്താ പി നായരുടെ മകൾ ലതയെ 1961 ൽ *സ്നേഹദീപം* എന്ന സിനിമയിലൂടെ മലയാള ചലച്ചിത്രവേദിക്കു പരിചയപ്പെടുത്തിയത്. തിരുനയിനാർ കുറിച്ചിയുടെ ഗാനം. എം ബി ശ്രീനിവാസന്റെ സംഗീതം.

"ഒന്നാം തരം ബലൂൺതരാം
ഒരു നല്ല പീപ്പി തരാം..."

എം ജി രാമചന്ദ്രനഭിനയിച്ച് എം എസ് വിശ്വനാഥൻ സംഗീതം പകർന്ന് 1953 ൽ പുറത്തുവന്ന *ജനോവയ്*ക്കുശേഷം വിശ്വനാഥൻ രാമ

മൂർത്തി ഈണം പകർന്ന് 1958 ൽ റിലീസായ സിനിമയാണ് *ലില്ലി.* ഈ ചിത്രത്തിനു വേണ്ടി ശാന്താ പി നായർ പാടിയ ഗാനമാണ്. "കന്യാമറിയമേ തായേ ഞങ്ങൾക്കെന്നെന്നും ആശ്രയം നീയേ.." പി ഭാസ്കരനെഴുതിയ ഈ ഭക്തിഗാനം കേരളത്തിലെ ക്രിസ്തീയ ഭവനങ്ങളിലെ പ്രാർത്ഥനാ വേളകളിലിടം പിടിച്ചുവെന്നു പറഞ്ഞാൽ പാട്ടിന്റെ പ്രശസ്തി നമുക്കൂഹിക്കാവുന്നതാണ്.

ദേവരാജന്റെയും ജെ ഡി തോട്ടാന്റെയും രണ്ടാമത്തെ സിനിമയാണ് *ചതുരംഗം.* വയലാറുമായി ചേർന്നുള്ള ദേവരാജന്റെ പ്രഥമ ചിത്രം. നാല് യുഗ്മഗാനങ്ങൾ കെ എസ് ജോർജിന്റെ കൂടെ ശാന്താ പി നായർ പാടിയെങ്കിലും ഹിറ്റായത്.

"വാസന്ത രാവിന്റെ
വാതിൽ തുറന്നുവരും
വാടാമലർ കിളിയേ..."
എന്ന ഗാനമാണ്.

ഉദയായിലേക്കുള്ള രംഗപ്രവേശം

കുഞ്ചാക്കോ 1961 ൽ നിർമ്മിച്ച *കൃഷ്ണകുചേല*യിൽ പാടിക്കൊണ്ടാണ് ശാന്താ പി നായർ ഉദയാ ചിത്രങ്ങളിൽ ആദ്യമായി പ്രവേശിക്കുന്നത്. പി ഭാസ്കരൻ- കെ രാഘവൻ ടീമിന്റെ മൂന്നു യുഗ്മഗാനങ്ങളാണ് പി ലീലയോടൊപ്പം ശാന്താ പി നായർ പാടിയത്.

1961 ൽ ശാന്താ പി നായരുടെ എടുത്തുപറയേണ്ട ചിത്രം ചന്ദ്രതാരക്കുവേണ്ടി രാമു കാര്യാട്ട് സംവിധാനം ചെയ്ത *മുടിയനായ പുത്രനാണ്.* ഈ സിനിമയിലെ എല്ലാ ഗാനങ്ങളും ഹിറ്റായി. വിൻസന്റ് മാഷിന്റെ മനോഹരമായ ചിത്രീകരണത്തിൽ ശാലീന സുന്ദരി മിസ് കുമാരി തന്മയത്വമായി അഭിനയിച്ച രണ്ട് ഗ്രാമീണ ഗാനങ്ങളായിരുന്നു അത്.

"മയിലാടും മല മാമല പൂമല
മലയിലിരിക്കണ മണ്ണാത്തി..."
"പുൽമാടമാണേലും പൂമേടയാണേലും
പൊന്നോടു മേയണ പൂനിലാവേ..."

അടുത്തത് ശോക സാന്ദ്രമായ മറ്റൊരു പാട്ടായിരുന്നു.

"തേങ്ങീടല്ലേ തേങ്ങീടല്ലേ തേങ്ങീടല്ലേ നീ
നിൻ പൂങ്കിനാവിൻ പുല്ലുമാടം
ചാമ്പലായല്ലോ വെറും ചാമ്പലായല്ലോ."

രചനയ്ക്കാണോ,
ഈണത്തിനാണോ,
ശബ്ദത്തിൻ വേദന ചാലിച്ചുപാടിയ

ശാന്താ പി നായരുടെ ആലാപനശൈലിക്കാണോ.. പറയാൻ ബുദ്ധിമുട്ടായിരിക്കും. പി ഭാസ്കരന്റെ ഭാവദീപ്തമായ രചനയും ബാബുരാജിന്റെ

ഈണത്തിന്റെ ഈണവും! അതായിരുന്നു തോപ്പിൽ ഭാസിയുടെ *മുടിയനായ പുത്രൻ* കാഴ്ച വെച്ചത്.

1962-ാം വർഷത്തിൽ അഞ്ച് സിനിമകൾക്കുവേണ്ടി പാടാനുള്ള ഭാഗ്യം ശാന്ത പി നായർക്കുണ്ടായി. പി ഭാസ്കരനും ബാബുരാജും ചേർന്നൊരുക്കിയ *ലൈലാ മജ്നു*വായിരുന്നു 1962 ലെ ആദ്യ ചിത്രം.

"ഒരു കുലപ്പൂവിരിഞ്ഞാൽ"
"കണ്ടാൽ നല്ലൊരു..."
"കുപ്പിവള നല്ല നല്ല ചിപ്പിവള.."

ഇങ്ങനെ മൂന്നു ഗാനങ്ങളാണ് *ലൈല മജ്നു*വിനുവേണ്ടി ശാന്താ പി നായർ പാടിയത്. കെ പി ഉദയഭാനുവിന് ഏറെ പ്രശസ്തി നേടിക്കൊടുത്ത സിനിമകൂടിയായിരുന്നു *ലൈല മജ്നു.*

ശാന്താ പി നായരുടെ മറ്റൊരു ക്രിസ്തീയ സിനിമാഗാനം

ശാന്ത പി നായർ പാടിയ പതിനാലാമത്തെ സിനിമയായിരുന്നു *വേലുത്തമ്പി ദളവ.* സിനിമാതാരം പത്മിനിയുടെ ബന്ധുവും സിനിമാ നടനുമായ പി കെ സത്യപാൽ നിർമ്മിച്ച ചിത്രം. സത്യപാലിന്റെ ശ്രീമതിയും നടിയുമായ കുമാരി തങ്കം നല്ലൊരു സംഗീതജ്ഞ കൂടിയായിരുന്നതുകൊണ്ട് ഭർത്താവ് നിർമ്മിക്കുന്ന സിനിമയിലെ പാട്ടുകൾ ശ്രുതിമധുരമായിരിക്കണമെന്ന് നിർബ്ബന്ധമായിരുന്നു. ഈ ലേഖകന് അത് നേരിട്ട് മനസ്സിലായ വസ്തുതയാണ്. പില്ക്കാലത്ത് സത്യപാൽ നിർമ്മിച്ച *വിരുതൻ ശങ്കു*വിന്റെ കംപോസിങ് വേളയിൽ സംഗീത സംവിധായകനായ ചിദംബരനാഥിന്റെ ശിഷ്യനായി ഞാനുമുണ്ടായിരുന്നു.

എന്റെ ചിന്തയിലുദിച്ച മറ്റൊരു കൗതുകം കൂടി ഞാനിവിടെ വെളിപ്പെടുത്തട്ടെ. മലയാള ചലച്ചിത്ര ഗാനശാഖയിലെ മിക്കവാറും ക്രിസ്തീയ ഗാനങ്ങളുടെ രചനയും സംഗീതവും നിർവ്വഹിച്ചിരിക്കുന്നത് അക്രൈസ്തവരാണ്. കേരളത്തിലുടനീളമുള്ള ക്രിസ്ത്യാനികളുടെ മനസ്സിൽ ഭക്തിരസം പകർന്ന "അദ്ധ്വാനിക്കുന്നവർക്കും ഭാരം ചുമക്കുന്നോർക്കും..." എന്ന പ്രശസ്തഗാനം രചിച്ചത് അഭയദേവാണെങ്കിലും ഈണം പകർന്നത് ബ്രാഹ്മണനായ വി ദക്ഷിണാമൂർത്തിയും പാടിയത് പി ലീലയുമാണ്. തികഞ്ഞ കമ്യൂണിസ്റ്റുകാരായ വയലാർ-ദേവരാജൻ ടീം എത്രയെത്ര ക്രിസ്തീയ ഭക്തിഗാനങ്ങളാണ് മലയാള സിനിമയ്ക്കുവേണ്ടിയൊരുക്കിയിരിക്കുന്നത്. *നാടൻ പെണ്ണി*ലെ "ആകാശങ്ങളിലിരിക്കും ഞങ്ങടെ" എന്നയൊറ്റ ഗാനം പോരേ അതിനു തെളിവായി. കെ രാഘവൻ ഈണം പകർന്ന "ദൈവത്തിൻ പുത്രൻ ജനിച്ചു..." എന്ന ഗാനവും മറ്റൊരു ദൃഷ്ടാന്തം (ചിത്രം - *നീലിസാലി*) *സ്നേഹസീമ*യിലെ ക്രിസ്തീയ ഗാനത്തിനുശേഷം ദക്ഷിണാമൂർത്തി ഈണം പകർന്ന ക്രിസ്തീയ ഭക്തി ഗാനമാണ് "ആകാശങ്ങളിലിരിക്കും ബാവായെ..." *ലില്ലി*യിലെ "കന്യാമറിയമേ തായേ.." എന്ന പാട്ടിനു ശേഷം ശാന്താ പി നായർ പാടുന്ന രണ്ടാമത്തെ ക്രിസ്തീയ ഗാനം ഭക്തിയിലെഴുതിയ ഈ പാട്ടും ഗായിക ഭാവസാന്ദ്രമാക്കി, കേരളത്തിൽ

ഹിറ്റാവുകയും ചെയ്തു.

ശാന്താ പി നായരുടെയും യേശുദാസിന്റെയും പ്രഥമ യുഗ്മഗാനം

ശ്രീ. കെ എസ് ആന്റണി സംവിധാനം ചെയ്ത *കാല്പാടുകൾ* എന്ന സിനിമയുടെ ഏറ്റവും വലിയ സവിശേഷത "യേശുദാസ്" എന്ന ഗായകന്റെ രംഗപ്രവേശം തന്നെ. പ്രശസ്ത നാടക-സിനിമാ നടനും ശാസ്ത്രീയ ഗായകനുമായ അഗസ്റ്റിൻ ജോസഫ് ഭാഗവതരുടെ പ്രിയപുത്രൻ. ശ്രീനാ

കാല്പാടുകൾ എന്ന ചിത്രത്തിൽ നിന്ന്

രായണ ഗുരുവിന്റെ മഹദ് വചനമുൾക്കൊള്ളുന്ന ഏതാനുമീരടികൾ പാടിക്കൊണ്ടുള്ള ശുഭാരംഭം!

ഈരടികളുടെ ആലാപനം കഴിഞ്ഞപ്പോൾ യേശുദാസിന്റെ ശബ്ദസൗന്ദര്യത്തേയും ആലാപനശൈലിയേയും എല്ലാവരും വാനോളം പുകഴ്ത്തി. ഈ ഗായകനെക്കൊണ്ട് പൂർണ്ണമായും ഒരു പാട്ട് പാടിക്കാൻ കഴിഞ്ഞില്ലല്ലോ എന്ന് സംഗീതസംവിധായകന് തെല്ല് വിഷമം. പ്രധാന ഗായകനായ കെ പി ഉദയഭാനു മറ്റുപുരുഷഗാനങ്ങളെല്ലാം പാടിക്കഴിഞ്ഞിരിക്കുന്നു. അപ്പോഴാണ് പുതിയൊരു ഗാനരംഗം സംവിധായകൻ സൃഷ്ടി

ച്ചെടുത്തത്. സിനിമയിലെ പട്ടാളക്കാരൻ ശ്രീ നെല്ലിക്കോട് ഭാസ്കരൻ അവധിക്കു വരുമ്പോൾ തന്റെ പ്രേമഭാജനവുമായി പാടുന്ന ഒരു രംഗം..

"അറ്റൻഷൻ പെണ്ണേ അറ്റൻഷൻ.."

കൂടെ പാടുവാൻ അന്നത്തെ ഒരുപ്രശസ്ത ഗായികയെ സമീപിച്ചപ്പോൾ ഗായികയുടെ പ്രതികരണമിങ്ങനെയായിരുന്നു.

"പുതിയ ഗായകനല്ലേ? മറ്റാരെങ്കിലും പാടട്ടെ.." എന്നാൽ ശാന്താ പി നായരുടെ പ്രതികരണം മറിച്ചായിരുന്നു.

"ആ കുട്ടിയുടെ ഭാവിയുടെ കാര്യമല്ലേ.. ഞാൻ തീർച്ചയായും പാടാം..!"

അങ്ങനെ യേശുദാസിന്റെ ആദ്യ യുഗ്മഗാനം പിറക്കുന്നു. പിന്നീട് ആയിരക്കണക്കിന് യുഗ്മഗാനങ്ങൾ വിവിധ ഗായികമാരുടെ കൂടെ ഏതാണ്ട് 13 ഭാഷകളിൽ പാടിയ ദാസേട്ടന്റെ ശുഭകരമായ തുടക്കം ശാന്താ പി നായരുടെ കൂടെയായത് മറ്റൊരു നിമിത്തം.

ഈ അണിയറ രഹസ്യങ്ങൾ എന്നോട് തുറന്നുപറഞ്ഞത് അശോക് നഗറിലെ ഞങ്ങളുടെ അയൽവാസിയും *കാല്പാടു*കളിലെ നായകനുമായ ശ്രീ പ്രേം നവാസായിരുന്നു. ഈ സിനിമയിലെ മറ്റൊരു യുഗ്മഗാനം കൂടി ഉദയഭാനുവിന്റെ കൂടെ ശാന്താ പി നായർ പാടുകയുണ്ടായി. "തേവാഴി ത്തമ്പുരാൻ.." ഗാനരചന നിർവ്വഹിച്ചത് നമ്പിയത്ത്.

ശാന്താ പി നായരും പാലാട്ടുകോമനും

വടക്കൻപാട്ടുകളെ ആധാരമാക്കി കുഞ്ചാക്കോ നിർമ്മിച്ച *ഉണ്ണിയാർച്ച*യ്ക്കുശേഷം പുറത്തു വന്ന 1962 ലെ സിനിമയായിരുന്നു *പാലാട്ടു കോമൻ*. അപ്പം ചുട്ടാൽ പോര അത് വില്ക്കുകയും വേണമെന്ന സിദ്ധാന്തത്തിൽ ഉറച്ചു നിന്ന വ്യക്തിയായിരുന്നു ഉദയാസ്റ്റുഡിയോയുടെ ശില്പിയായ കുഞ്ചാക്കോ. അതുകൊണ്ടുതന്നെയാണ് അദ്ദേഹത്തിന്റെ സിനിമാഗാനങ്ങളെല്ലാം തന്നെ പോപ്പുലറായതും. ഒരെളിയ പാട്ടുകാരനെന്ന നിലയിൽ എനിക്കദ്ദേഹത്തോട് ബഹുമാനവുമാണ്.

മലയാള ഗ്രാമഫോൺ റിക്കോർഡുകളുടെ പിന്നാമ്പുറം

ഗ്രാമഫോൺ റിക്കോർഡുകളുടെ വിപണന രംഗത്തെ പ്രധാനികളായ എച്ച് എം വി, കൊളംബിയാ കമ്പനികൾക്ക് മലയാള ചലച്ചിത്ര ഗാനങ്ങളോട് അത്ര വലിയ കമ്പമൊന്നുമുണ്ടായിരുന്നി

ഗ്രാമഫോൺ

ല്ല. അതുകൊണ്ടുതന്നെ കല്ക്കത്തയിലെ 'ഡംഡം ഫാക്ടറിയിൽ മലയാള ചലച്ചിത്ര ഗാനങ്ങളുടെ റിക്കോർഡുകൾ വളരെ താമസിച്ചാണ് നിർമ്മിച്ചിരുന്നതും. സിനിമ റിലീസായി ഏറ്റവും കുറഞ്ഞത് രണ്ടുമാസമെങ്കിലും കാത്തിരിക്കണം ഗ്രാമഫോൺ റിക്കോർഡ് കടയിലെത്താൻ. അക്കാലത്ത് എന്നെപ്പോലുള്ള പാട്ടുകാർക്ക് ട്യൂൺ പഠിക്കാൻ ശ്രീ കുഞ്ചാക്കോയാണ് ഒരു നൂതന മാർഗ്ഗം കണ്ടുപിടിച്ചത്. ചിത്രത്തിലെ ഗാനരംഗം വരുമ്പോൾ തിയേറ്ററിനു വെളിയിലുള്ള കോളാമ്പി സ്പീക്കറിൽ പാട്ടിടും. ഞങ്ങൾ പാട്ടുകാർ എറണാകുളത്തെ പത്മയുടെയും മേനകയുടെയും മുമ്പിൽനിന്നാണ് സിനിമാപാട്ടുകൾ പഠിച്ചിരുന്നത്. സംഗീതപ്രേമിയായ കുഞ്ചാക്കോക്ക് നമോവാകം!

*കൃഷ്ണകുചേല*യ്ക്ക് ശേഷം ശാന്താ പി നായരും *ഉമ്മ*യ്ക്ക് ശേഷം ബാബുരാജും ഒന്നിക്കുന്ന കുഞ്ചാക്കോ ചിത്രമാണ് *പാലാട്ടുകോമൻ*. വയലാറിന്റെ 11 ഗാനങ്ങൾക്കാണ് ബാബുരാജ് സംഗീതം പകർന്നത്. കുഞ്ചാക്കോയുടെ മകൻ ബോബൻ കുഞ്ചാക്കോയ്ക്കു (കുഞ്ചാക്കോബോബന്റെ പിതാവ്) വേണ്ടിയാണ് ശാന്താ പി നായർ പാടിയത്. "മാനേ, മാനേ പുള്ളിമാനേ..." "മാൻകിടാവേ മാൻകിടാവേ.." എന്നൊരു ഗാനം കൂടി ഈ ഗായിക ആലപിച്ചു. എം എ രാജാ, പി സുശീല ചേർന്നുപാടിയ "ചന്ദന പ്പല്ലക്കിൽ വീടു കാണാൻ വന്ന..." ഉദയഭാനു ശബ്ദമേകിയ "മനസ്സിനകത്തൊരു പെണ്ണ്..." തുടങ്ങിയ പാട്ടുകൾ സംഗീതപ്രേമികൾ ഹൃദയത്തിലേറ്റി. യേശുദാസ് രണ്ടാമതായി സിനിമയിൽ പാടുന്നത്. *പാലാട്ടുകോമനു* വേണ്ടിയാണ്. പി സുശീലയുമൊത്ത് പാടിയ "ആനക്കാരാ..." "ചാഞ്ചക്കം ചാഞ്ചക്കം" എന്നീ ഗാനങ്ങൾ.

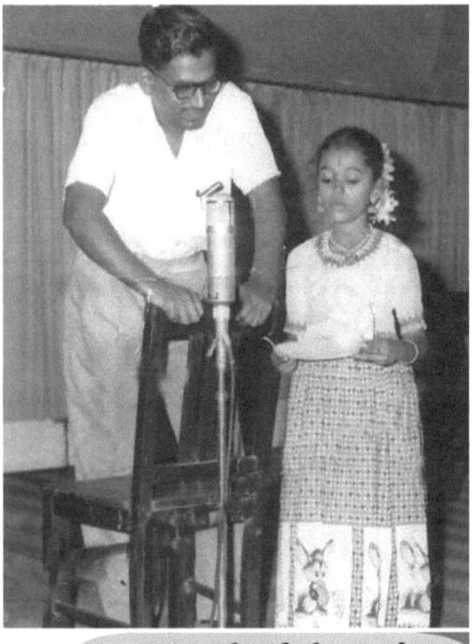
എം ബി ശ്രീനിവാസൻ

ശാന്താ പി നായരും സ്വർഗ്ഗരാജ്യവും

*കാല്പാടുകൾ*ക്കു ശേഷം എം ബി ശ്രീനിവാസന്റെ സംഗീത സംവിധാനത്തിൽ ശാന്താ പി നായർ പാടിയ സിനിമയാണ് *സ്വർഗ്ഗരാജ്യം*. സ്നേഹജാനെന്ന പേരിലാണ് *ഉമ്മ* എന്ന സിനിമയിൽ ആദ്യമായി നായകനായതെങ്കിൽ കെ പി ഉമ്മർ എന്ന സ്വന്തം പേരിൽ നായകവേഷമഭിനയിച്ച രണ്ടാമത്തെ സിനിമ കൂടിയാണ് *സ്വർഗ്ഗരാജ്യം*. ഏറ്റവും കുറഞ്ഞത് ആറു പാട്ടെങ്കിലുമില്ലാത്ത ഒറ്റ മലയാളസിനിമ പോലും അക്കാല

ത്തുണ്ടായിരുന്നില്ല. *സ്വർഗ്ഗരാജ്യ*ത്തിൽ പി ഭാസ്കരനെഴുതിയ ഏഴു ഗാനങ്ങളുണ്ടായിരുന്നു. എം ബി ശ്രീനിവാസെന്ന തമിഴ് സംഗീത സംവിധായകൻ അപ്പോഴേക്കും മലയാളി പ്രേക്ഷകരുടെ ഇടയിൽ പ്രശസ്തനായിക്കഴിഞ്ഞിരുന്നു. യേശുദാസ് എന്ന മഹാസംഗീത പ്രതിഭയെ മാലോകർക്ക് പരിചയപ്പെടുത്തിയ അദ്ദേഹം തന്നെയാണ് ശാന്താ പി നായരുടെ മകൾ ബേബിലതയെ പത്താമത്തെ വയസ്സിൽ *സ്നേഹദീപം* എന്ന ചിത്രത്തിൽ പാടിക്കുന്നത്. എം ബി ശ്രീനിവാസന്റെ രണ്ടാമത്തെ സിനിമയായ *കണ്ണും കരളിലും* ലത പാടുന്നു. "താതെയ്യം കാട്ടിലെ തക്കാളിക്കാട്ടിലെ" എന്ന ഗാനം സിനിമയിൽ പാടിയതോ കമലഹാസനും.

എം ബി ശ്രീനിവാസന്റെ മൂന്നാമത്തെ സിനിമയായ *സ്വർഗ്ഗരാജ്യ*ത്തിൽ ശാന്താ പി നായർ രണ്ടു പാട്ടുകൾ പാടുന്നു. "ഒരു നദീതീരത്തിൽ. "തിങ്കളെ തിങ്കളേ..." പി ബി ഉണ്ണി സംവിധാനം ചെയ്ത *സ്വർഗ്ഗരാജ്യവും* കേരളത്തിലെ പ്രേക്ഷകർ ആസ്വദിച്ചു.

ചന്ദ്രതാര പ്രൊഡക്ഷൻസിന്റെ
മുടിയനായ പുത്രൻ

ചന്ദ്രതാരയുടെ മൂടുപടം

തോപ്പിൽഭാസിയുടെ *മുടിയനായ പുത്രന്റെ* വൻ വിജയത്തിനുശേഷം ചന്ദ്രതാരയുടെ അടുത്ത സിനിമ *മൂടുപട*ത്തിലും ശാന്താ പി നായർ പാടി. ഗാനരചന പി ഭാസ്കരൻ. സംഗീതം ബാബുരാജ്. കരുതലോടെ സിനിമയെടുക്കുന്ന ചന്ദ്രതാര നല്ല സിനിമകൾ മാത്രമേ നിർമ്മിച്ചിരുന്നുള്ളൂ. അതിന്റെ ഉദാത്തമായ തെളിവുകളാണ് *നീലക്കുയിൽ, രാരിച്ചൻ എന്ന പൗരൻ, മുടിയനായ പുത്രൻ.* കഥയിലും അവതരണശൈലിയിലും മലയാള സംസ്കാരത്തിന്റെ മികവ് തെളിയിച്ച സിനിമകൾ! ഈ സിനിമകളിലെല്ലാം തന്നെ മലയാളികളെ മോഹിപ്പിച്ച ശാന്താ പി നായരുടെ പാട്ടുകളുണ്ടായിരുന്നു!

ചന്ദ്രതാരാ... കാവ്യാത്മകമായ ഒരു ബാനർ!

ഈ ചലച്ചിത്ര നിർമ്മാണ കമ്പനിയെക്കുറിച്ചുള്ള ചില വസ്തുതകൾ മൂടുപടമില്ലാതെ ഞാനിവിടെ കുറിക്കുന്നു. ഫോർട്ട് കൊച്ചിയിലെ ഒരു ബോട്ട് യാഡിന്റെ ഉടമസ്ഥനും കച്ചവടക്കാരനുമായ ടി കെ പരീക്കുട്ടിയെന്ന ഒരു സാധാരണക്കാരന്റെ ചലച്ചിത്ര കമ്പനിയായിരുന്നു ഇത്. എന്നാലീ വ്യാപാരി മലയാളസിനിമയ്ക്കും ഗാനശാഖയ്ക്കും നല്കിയ മഹനീയ സംഭാവനകൾ മലയാള സിനിമാ ചരിത്രത്തിലെ നാഴികക്കല്ലുകളാണ്. അതേറ്റവും വൃത്തിയായി മാലോകരെ അറിയിക്കേണ്ട ഉത്തരവാദിത്വം മറ്റൊരു കൊച്ചിക്കാരനായ ഈ എളിയ പാട്ടുകാരന്റെ ഉത്തരവാദിത്വവുമാണ്.

ചെറുപ്പത്തിൽ അമ്മച്ചിയെ മുട്ടിയിരുമ്മിയിരുന്നു കണ്ട സിനിമയാണ് *നീലക്കുയിൽ*. അന്നേ മനസ്സിൽ പതിഞ്ഞതാണ് ചന്ദ്രതാരയുടെ ബാനർ. രാത്രി അർദ്ധനിലാവിന്റെ നടുവിൽ ഒരു തരുണീമണി മണിവീണ മീട്ടുമ്പോഴാണ് ചന്ദ്രതാര പ്രൊഡക്ഷൻസ് തെളിയുന്നത്. പ്രേക്ഷകമനസ്സുകളിൽ നിലാവിന്റെ കുളിരണിഞ്ഞപ്പോൾ ആ കുളിർമ്മയിലാണ് ചന്ദ്രതാരയുടെ സിനിമകൾ കാണാൻ തുടങ്ങുന്നതുതന്നെ. ഇങ്ങനെ അതിമനോഹരമായ ഒരു ബാനർ നിർമ്മിക്കാൻ പ്രേരണയായതിൽ നിർമ്മാതാവായ പരീക്കുട്ടി സാഹിബ്ബിനെ എത്ര പ്രശംസിച്ചാലും മതിവരില്ല. കാലം കടന്നാലും മലയാള സിനിമയുടെ ചരിത്രപ്പലകയിൽ ടി കെ പരീക്കുട്ടിയുടെ പേരെന്നും മായാതെ നില്ക്കും.

*മൂടുപട*ത്തിൽ ഭാസ്കരൻ മാഷ് രചിച്ച ഒമ്പത് പാട്ടുകൾക്കാണ് ബാബുരാജ് ഈണം പകർന്നത്. ‘‘വട്ടൽ വിളഞ്ഞിട്ടും വരിനെല്ല് ചാഞ്ഞിട്ടും’’ ശാന്താ പി നായർ അതിമനോഹരമായി പാടിയിരുന്നു. “ദനപ്പൂവാനം വിട്ട്...” എന്നൊരു മാപ്പിള ശീല് എൽ ആർ ഈശ്വരിയുമൊത്തും പാടിയിട്ടുണ്ട്. ഒട്ടേറെ സവിശേഷതകളുള്ള സിനിമകൂടിയാണ് *മൂടുപടം.* രാമുകാര്യാട്ടിന്റെ മികവുറ്റ സംവിധാനം. മധുവിന്റെയും യൂസഫലികേച്ചേരിയുടെയും അരങ്ങേറ്റം. യൂസഫലിയുടെ ഒരു ഗാനം മാത്രമാണീ സിനിമയിലുള്ളത്. “മയിലാഞ്ചിത്തോപ്പിൽ” എന്ന ഗാനം. ഈ ഗാനം ഈണം പകർന്നു പാടിയിരിക്കുന്നത് ബാബുരാജ് തന്നെയാണ്. മധു യേശുദാസിന്റെ ഒരു പാട്ടു പാടിയാണ് അരങ്ങേറ്റംകുറിച്ചത്. *അയലത്തെ സുന്ദരി.* ഈ ഗാനത്തിലൂടെ മധു വളരെ പെട്ടെന്ന് ജനഹൃദയങ്ങളിലെത്തുകയും ചെയ്തു. ശാന്താ പി നായരുടെ കൊച്ചുമകൾ ലത പന്ത്രണ്ടാം വയസ്സിൽ പാടിയഭിനയിച്ച ചിത്രം കൂടിയാണ് *മൂടുപടം*.. മതസൗഹാർദ്ദം വിളംബരം ചെയ്യുന്ന ഗാനം കൂടിയായിരുന്നു അത്. “മാനത്തുള്ളൊരു വല്യമ്മാവന് മതമില്ല. ജാതിയുമില്ല..” എസ് ജാനകിയെ പ്രശസ്തിയുടെ കൊടുമുടിയിലെത്തിച്ച *മൂടുപട*ത്തിലെ ഈ ഗാനം ആരാണ് മറക്കുക. “തളിരിട്ട കിനാക്കൾ തൻ...”

കലാസാംസ്കാരിക പ്രവർത്തനങ്ങൾക്കിടയിലും പത്മനാഭൻ നായർ സാമൂഹ്യ-ചരിത്ര നാടകങ്ങളും എഴുതിക്കൊണ്ടിരുന്ന സമയമായിരുന്നു അത്. അക്കൂട്ടത്തിൽ *പഴശ്ശിരാജാ, തച്ചോളി ഒതേനൻ, കുഞ്ഞാലിമരയ്ക്കാർ*

തുടങ്ങിയ നാടകങ്ങൾ ചലച്ചിത്രമാക്കപ്പെട്ടു. 1964 ൽ ചന്ദ്രതാരയാണ് *തച്ചോളി ഒതേനൻ* സിനിമയാക്കിയത്. പി ഭാസ്കരൻ- ബാബുരാജ് ടീമിന്റെ മധുരമനോജ്ഞങ്ങളായ ചില പാട്ടുകൾ പിറവിയെടുത്ത സിനിമ കൂടിയായിരുന്നു ഇത്. ശാന്താ പി നായരും പി ലീലയും ചേർന്നു പാടിയ "അപ്പം വേണം അട വേണം അമ്പാടിക്കുട്ടന് ചോറൂണ്.." തുടങ്ങിയ ഗാനങ്ങൾ മലയാള ചലച്ചിത്ര ഗാന ശാഖയിലെ മണിമുത്തുകളാണ്. സത്യൻ -അംബിക താരജോഡികളഭിനയിച്ച *തച്ചോളി ഒതേനൻ* എസ് എസ് രാജൻ (എസ് സൗന്ദരരാജൻ) എന്ന പ്രതിഭാശാലിയാണ് സംവിധാനം ചെയ്തത്.

ശാന്താ പി നായരും മുറപ്പെണ്ണും

യുവസാഹിത്യകാരനായ എം ടി വാസുദേവൻ നായരുടെ ഒരു ചെറുകഥയാണ് *മുറപ്പെണ്ണ്* എന്ന പേരിൽ ശോഭനാ പരമേശ്വരൻ നായർ ചലച്ചിത്രമാക്കിയത്. എം ടിയുടെ ആദ്യത്തെ തിരക്കഥ. സ്റ്റിൽ ഫോട്ടോഗ്രാഫറായ പരമേശ്വരൻ നായരുടെ തൃശൂരിലുള്ള ശോഭനാ സ്റ്റുഡിയോ സാഹിത്യകാരന്മാരുടെയും സിനിമാക്കാരുടെയും ഒരു സംഗമ വേദികൂടിയായിരുന്നു. ഈയൊരു പശ്ചാത്തലത്തിലാണ് ഇദ്ദേഹം *നീലക്കുയിൽ* സിനിമയുടെ സ്റ്റിൽ ഫോട്ടോഗ്രാഫറാകുന്നത്. തുടർന്ന് സിനിമാ നിർമ്മാതാവാകാനുള്ള പ്രേരണയുമിതുതന്നെ. *നീലക്കുയിലി*ന്റെ ഛായാഗ്രാഹകനായ എ വിൻസെന്റിനെ തന്റെ പ്രഥമ സിനിമയായ *മുറപ്പെണ്ണി*ന്റെ സംവിധാനച്ചുമതല ഏല്പിക്കാനുള്ള സാഹചര്യവും *നീലക്കുയിലിൽ* തുടങ്ങിയ സൗഹൃദം തന്നെ!

അക്കാലത്തെ മലയാള ചലച്ചിത്ര രംഗം ഒരു കൂട്ടുകുടുംബം പോലെയായിരുന്നു. പകയും വിദ്വേഷവുമില്ലാതെ സൗഹൃദകൂട്ടായ്മയിലായിരുന്നു. എല്ലാ സിനിമകളും നിർമ്മിക്കുന്നത്. *നീലക്കുയിൽ* സിനിമ തൊട്ടുതുടങ്ങി ശാന്താ പി നായരുടെ കുടുംബവുമായിട്ടുള്ള വിൻസെന്റ് മാഷിന്റെ അടുപ്പം. അത് മരണംവരെ തുടരുകയും ചെയ്തു. *നീലക്കുയിലി*നു വേണ്ടി ശാന്താ പി നായർ വാഹിനി സ്റ്റുഡിയോയിൽ പാടിക്കൊണ്ടിരിക്കുമ്പോൾ കുഞ്ഞു ലതയെ വിൻസെന്റ് മാഷ് എടുത്തുകൊണ്ടു നടന്നതായി ഈ ലേഖകനോട് നേരിട്ടു പറഞ്ഞിട്ടുണ്ട്. പിന്നീട് അതേ കൊച്ചുലതയുടെ ഒരു ഗ്രാമീണ ഗാനത്തോടെയാണ് വിൻസെന്റ് മാഷ് *മുറപ്പെണ്ണ്* തുടങ്ങുന്നത്. “കണ്ണാരം പൊത്തിപ്പൊത്തി കടക്കാതം ചൂടിച്ചൂടി...” തമിഴ്മണ്ണിൽ ജനിച്ച സംഗീത സംവിധായകൻ ബി എ ചിദംബരനാഥിന്റെ ശുഭകരമായ

തുടക്കം. ഈണങ്ങൾക്കെല്ലാം മലയാള മണ്ണിന്റെ നറുഗന്ധം! അതിനു തെളിവല്ലേ ഭാഗിയും കൊച്ചമ്മിണിയും (ശാരദ, ജ്യോതിലക്ഷ്മി) പാടുന്ന ഈ ഗാനം "കടവത്ത് തോണിയടുത്തപ്പോ പെണ്ണിന്റെ 'ശാന്താ പി നായരും എസ് ജാനകിയും ചേർന്ന് ഈ പാട്ട് ശ്രുതി മധുരമാക്കി.

യേശുദാസിനെ അത്യുന്നതങ്ങളിലെത്തിച്ച മറ്റൊരു ഗാനമുണ്ട് *മുറപ്പെണ്ണിൽ* മനുഷ്യമനസ്സിനെ ആർദ്രതയുടെ നീർക്കയത്തിലെത്തിക്കുന്ന "കരയുന്നോ പുഴ ചിരിക്കുന്നോ..." നിളാ നദിയിൽ രണ്ട് കൈവഴിയായി പിരിയുന്ന നീർച്ചാലിനടുത്ത് പ്രേംനസീറിന്റെ ബാലേട്ടൻ ഹൃദയം വിങ്ങിപ്പാടുന്ന ഈ ഗാനം മലയാള സിനിമയുള്ളിടത്തോളം മലയാളികളുടെ മനസ്സിൽ തുടിച്ചുനില്ക്കും. വിൻസെന്റ് മാഷിന്റെ ഛായാഗ്രഹ നൈപുണ്യം! എന്തും വിട്ടുകൊടുക്കുന്ന ബാലൻ തന്റെ കളിക്കൂട്ടുകാരിയും മുറപ്പെണ്ണുമായ ഭാഗീരഥിയെയും കൂടി (ശാരദ) വിട്ടുകൊടുക്കുന്നു ആദ്യത്തെയും അവസാനത്തേതുമായ ചലച്ചിത്രമാകാം എം ടിയുടെ *മുറപ്പെണ്ണ്!* ഭാസ്കരൻ മാഷിന്റെ അർത്ഥവ്യാപ്തിയുള്ള ഈരടികൾക്ക് ബി എ ചിദംബരനാഥിന്റെ ഈറനണിഞ്ഞ ഈണം!

ശാന്താ പി നായരുടെ സാന്നിദ്ധ്യം ചെമ്മീനിലും

വിദ്യാർത്ഥിയായിരിക്കുമ്പോഴുള്ള എന്റെ എറണാകുളം ചങ്ങാതിയും സമകാലീനനുമായ ബാബുസേട്ട് 22-ാമത്തെ വയസ്സിൽ നിർമ്മിച്ച സിനിമയാണ് 1965 ൽ റിലീസായ *ചെമ്മീൻ.* മലയാള സിനിമയിലെ നാഴികക്കല്ലെന്ന് വിശേഷിപ്പിക്കാവുന്ന, തകഴി ശിവശങ്കരപ്പിള്ളയുടെ *ചെമ്മീൻ* രാമു കാര്യാട്ടിന്റെ സംവിധാനവൈഭവത്താൽ രാഷ്ട്രപതിയുടെ സുവർണ്ണ മെഡൽ നേടി.

ഒരോർമ്മ പങ്കുവെക്കുന്നു. എന്റെ മദിരാശി ജീവിതം തുടങ്ങിയ വേളയിൽ തമിഴ്സദസ്സിന്റെ കൂടെ *ചെമ്മീൻ* സിനിമ രണ്ടാമതും കാണാനിടയായി. സിനിമ കഴിഞ്ഞു പുറത്തിറങ്ങുമ്പോൾ, ഒരു തമിഴ് സഹോദരൻ പറഞ്ഞത് ഞാനിപ്പോഴുമോർമ്മിക്കുന്നു.

"എന്നപ്പാ, തീയേറ്ററുക്കുള്ളയേ.. എരാവാടെയടിക്കത്.. (എരാ-ചെമ്മീൻ)

ചെമ്മീൻ സിനിമയ്ക്കു ലഭിച്ച ഏറ്റവും വലിയ അംഗീകാരമായി ഞാനീ കമന്റിനെ കരുതുന്നു. കടലും കടപ്പുറവുമായി അത്രയ്ക്ക് ഇഴുകിച്ചേർന്ന സിനിമയായിരുന്നു *ചെമ്മീൻ.* സവിശേഷതകളുടെ വർണ്ണം പൂശിയ ഒരു പൂമാല തന്നെയാണീ ചിത്രം. ചിലയിതളുകൾ മാത്രമിവിടെ ഞാൻ വിവരിക്കുന്നു. ആദ്യത്തേത് തകഴി മെനഞ്ഞെടുത്ത പച്ചയായ കഥാപാത്രങ്ങൾ തന്നെ. പരിശുദ്ധ പ്രേമത്തിന്റെ പുതിയ നിർവ്വചനം! വർണ്ണത്തിൽ ചാലിച്ച സാങ്കേതിക മേന്മയിൽ മാർക്കസ് ബാർട്ട്ലിയുടെ ഛായാഗ്രഹണം. ഋഷികേശ് മുഖർജിയുടെ മനോജ്ഞമായ ചിത്രസംയോജനം. മറ്റൊരു

ബംഗാളിയായ സലീൽ ചൗധരിയുടെ വേറിട്ട ഈണം, വയലാറിന്റെ കടലിന്റെ ഗന്ധമുള്ള ഗാനരചന. എല്ലാറ്റിലുമുപരി വൻതുക മുടക്കി ചിത്രനിർമ്മാണം നടത്തിയ ബാബുവെന്ന ചെറുപ്പക്കാരന്റെ ചങ്കൂറ്റം! ചെമ്പൻകുഞ്ഞ്, പളനി, പരീക്കുട്ടി, കറുത്തമ്മ എന്നിവരുടെ വേഷമിട്ട കൊട്ടാരക്കര, സത്യൻ, മധു, ഷീല മികച്ച ഭാവാഭിനയം കാഴ്ചവെച്ചു. എങ്കിലും രൂപത്തിലും ഭാവത്തിലും ഭാഷയിലും കടലിന്റെ മക്കളായി താദാത്മ്യം പ്രാപിച്ച അച്ചൻകുഞ്ഞ്, ചക്കി, നല്ലപെണ്ണ് (എസ് പി പിള്ള, അടൂർ ഭവാനി, അടൂർ പങ്കജം) എന്നീ കലാകാരന്മാരെയാണ് വ്യക്തിപരമായി ഞാനിഷ്ടപ്പെടുന്നത്.

ലത പഞ്ചമിയായ കഥ

1963 ലാണ് മലയാളസിനിമയുടെ രജതജൂബിലിയാഘോ ഷം എറണാകുളത്ത് അരങ്ങേറിയത്. പ്രമുഖരായ സത്യൻ, പ്രേംനസീർ തുടങ്ങി മിക്ക നടീനടന്മാരും പി ലീല, ശാന്താ പി നായർ തു ടങ്ങി മിക്കവാറും ഗായകരും രാമു കാര്യാട്ട്, വിൻസെന്റ്, പി ഭാസ്കരൻ തുടങ്ങിയെല്ലാ സംവിധായകരും സാങ്കേതിക വിദഗ്ദ്ധരും ഈ ചടങ്ങിൽ പങ്കെ ടുത്തിരുന്നു. ശിവാജി ഗണേശനായിരുന്നു വിശിഷ്ടാതിഥി.

ലത

ശാന്താ പി നായരും കെ പത്മനാഭൻ നായരും ലതയും താമസിച്ചിരുന്നത് ഭാരത് ടൂറിസ്റ്റ് ഹോമിലായിരുന്നു. ജൂബിലിയിൽ പങ്കെടുക്കാനെത്തിയ രാമു കാര്യാട്ടും സംഘവും താമസിച്ചിരുന്നതും ഇവിടെത്തന്നെ. ഇതേ സമയത്തുതന്നെയാണ് *ചെമ്മീനി*ന്റെ പ്രാഥമിക ചർച്ചയും നടന്നുകൊണ്ടിരുന്നത്. സംസാരവേളയിൽ രാമുകാര്യാട്ട് പത്മനാഭൻ നായരോടു പറയുന്നു. “നടീനടന്മാരെയൊക്കെ ഫിക്സ് ചെയ്തുകഴിഞ്ഞു. പഞ്ചമിയൊഴിച്ച്.” അപ്പോഴാണ് 12 വയസ്സുകാരിയായ ലത അതുവഴി കടന്നുപോയത്. അപ്പോൾ പെട്ടെന്നാണ് സന്തോഷത്തോടെ രാമു പറഞ്ഞത്. “ശരിയായി പത്മനാഭൻ നായരെ... പഞ്ചമി നമ്മുടെ ലത തന്നെ!”

ചങ്ങമ്പുഴയുടെ രമണൻ

ശാന്താ പി നായർ അവസാനമായി പാടിയ ചിത്രം *രമണൻ.* ശക്തനായ കമ്മ്യൂണിസ്റ്റുകാരൻ ശ്രീ. ഡി എം പൊറ്റെക്കാടാണ് *രമണൻ* നിർമ്മിച്ചതും സംവിധാനം ചെയ്തതും. കമ്മ്യൂണിസ്റ്റുകാരിൽ നല്ലൊരു പങ്കും തികഞ്ഞ കലാകാരന്മാരാണെന്ന് ഞാൻ മുമ്പ് സൂചിപ്പിച്ചിട്ടുണ്ട്. മറ്റൊരു കൗതുകം ചിത്രത്തിന്റെ നിർമ്മാണവേളയിൽ പൊറ്റെക്കാട് താമസിച്ചിരുന്നത് അശോക് നഗറിലുള്ള മറ്റൊരു കമ്മ്യൂണിസ്റ്റുകാരനായ കെ പത്മനാഭൻ നായരുടെ സ്വന്തം വീട്ടിലായിരുന്നു. അതിന്റെ പിന്നിലും കൊച്ചുകഥയുണ്ട്. കേരളത്തിലെ പ്രഥമ കമ്മ്യൂണിസ്റ്റ് സർക്കാർ പത്മനാഭൻ നായർക്ക് സമ്മാനിച്ച വീടായിരുന്നു അത്. അന്നത്തെ വിദ്യാഭ്യാസ മന്ത്രിയായിരുന്ന ജോസഫ് മുണ്ടശ്ശേരി മാഷ് പത്മനാഭൻ നായരെഴുതിയ *കുഞ്ഞാലിമരയ്ക്കാർ* പാഠപുസ്തകമാക്കിയപ്പോൾ ലഭിച്ചത് 25000 രൂപയായിരുന്നു. അശോക് നഗർ വീടിന്റെ മൂലധനമായി ആ തുക! ആദ്യമായി വാടകയ്ക്കു കൊടുത്തത് ഡി എം പൊറ്റെക്കാടിനും. രണ്ടാമത്തെ ചങ്ങമ്പുഴ ചിത്രമായ *കളിത്തോഴൻ* ഡി എം നിർമ്മിച്ചതും ഈ വീട്ടിൽ വെച്ചുതന്നെ. പാടാൻ ഞാൻ ചാൻസ് ചോദിച്ചുപോയതും *കളിത്തോഴനി*ൽ നാലുവരി വിരുത്തം പാടിയതും നല്ലോരോർമ്മയാണ്. പൊറ്റെക്കാട് മരണപ്പെട്ടതും ഈ വീട്ടിൽ വെച്ചായിരുന്നു. *രമണനി*ലെ ചങ്ങമ്പുഴക്കവിതകൾക്ക് ഗ്രാമീണതയുടെ നിറക്കൂട്ടുള്ള ഈണമാണ് രാഘവൻമാഷ് പകർന്നത്. ശാന്താ പി നായർ പാടിയ "ഏകാന്തകാമുകാ നിന്റെ മനോരഥം..." ഒരു നൊമ്പരപ്പാട്ടായിരുന്നുവെങ്കിലും സംഗീത പ്രേമികൾ അതേറ്റു വാങ്ങി. 1967 ൽ റിലീസായ *രമണനാ*ണ് ശാന്താ പി നായർ ശബ്ദം നല്കിയ അവസാന ചിത്രം. കാലവും കോലവും മാറിയപ്പോൾ മലയാള ചലച്ചിത്ര ഗാനശാഖയിലും മാറ്റമുണ്ടായി. ആ മാറ്റത്തിന്റെ കുത്തൊഴുക്കിൽ ശാന്താ പി നായർ മകളുടെ സംഗീതത്തിൽ ലയിച്ച് തീരത്തണഞ്ഞു!

ശാന്താ പി നായരും ഈണം പകർന്നു!

കാലത്തിന്റെ ശ്രുതിമധുരമായ നീരൊഴുക്കിൽ മലയാള ശബ്ദ സിനിമ 29 വർഷം പൂർത്തിയാക്കിയപ്പോൾ ശാന്താ പി നായർ തന്റെ സിനിമാ ഗാനാലാപനത്തിന്റെ 15-ാം വർഷത്തിലെത്തിക്കഴിഞ്ഞു.

ലത സിനിമയിൽ ബാലതാരങ്ങൾക്കുവേണ്ടി പാടാൻ തുടങ്ങിയതിന്റെ ആഹ്ലാദത്തിലിരിക്കുമ്പോഴാണ് ഇരട്ടി മധുരം പോലെ മകൾ രാമു കാര്യാട്ടിന്റെ *ഏഴു രാത്രികളിൽ* നായികയാകുന്നത്. കാലടി ഗോപിയുടെ പ്രശസ്ത നാടകം കൺമണി ഫിലിംസിനുവേണ്ടി സിനിമയാക്കിയത് എന്റെ സുഹൃത്ത് ബാബുസേട്ടുവായിരുന്നുവെങ്കിൽ ഏറ്റവും റിയലിസ്റ്റിക്കായി സംവിധാനം ചെയ്തത് രാമു കാര്യാട്ടുതന്നെയായിരുന്നു. വയലാറും സലീൽ ചൗധരിയുമാണ് ശ്രുതിമധുരമായ പാട്ടുകളൊരുക്കിയത്.

പിച്ചക്കാരുടെ സങ്കേതമാണല്ലോ ചിത്രത്തിനാധാരം. അനാഥയും അന്ധയുമായ സീതയെ അവതരിപ്പിച്ചത് ലതയായിരുന്നു. എന്റെ എറ്റവുമടുത്ത സുഹൃത്ത് ജേസി നായകനായി സിനിമയിൽ പാടിയ "കാടാറുമാസം നാടാറുമാസം.." ലതയ്ക്കുവേണ്ടി ലീലച്ചേച്ചി പാടിയ "പഞ്ചമിയോ പൗർണ്ണമിയോ" തുടങ്ങിയ ഗാനങ്ങൾ *ഏഴുരാത്രി*കളെ ശോഭയുള്ളതാക്കി.

ചിത്രത്തിന് ഒരു ശുഭമുഹൂർത്തം സൃഷ്ടിക്കാൻ ലതയുടെ സീതയ്ക്ക് ഒരു പാട്ടുകൂടി വേണമെന്ന് സംവിധായകൻ തീരുമാനിക്കുന്നു. സിനിമ ഏതാണ്ട് പൂർത്തിയായ സാഹചര്യത്തിൽ പാട്ട് എത്രയും പെട്ടെന്ന് വേണം. സമയം തീരെയില്ല. വയലാർ നാട്ടിൽനിന്നു ഫോണിലൂടെ പാട്ട് പറഞ്ഞുകൊടുക്കുന്നു. ശാന്താ പി നായർ എഴുതിയെടുക്കുന്നു. ഈണം പകരേണ്ട സലീൽ ബോംബെയിലും. അപ്പോഴാണ് ഹൃദയ ശുദ്ധിയുള്ള സലീൽ ദാ രാമുവിനോട് ഫോണിലൂടെ ഇങ്ങനെ പറഞ്ഞത്.

"ആ പാട്ടിനീണം ശാന്ത പകരട്ടെ... ഷീ കാൻ."

അപേക്ഷ സന്തോഷത്തോടെ സ്വീകരിക്കുന്നു. ശാന്താ പി നായർ കാറിലിരുന്നുകൊണ്ട് വരികൾക്ക് ഈണം പകരുന്നു. വാദ്യോപകരണങ്ങളുടെ അകമ്പടിയില്ലാതെ മനസ്സിൽ ശ്രുതിയിട്ട് ഷൂട്ടിങ്ങിന്റെ കൂടെ ലത പാടുന്നു. സംഗീതപ്രേമികളെ കുളിരണിയിച്ച ആ ഗാനമിതായിരുന്നു.

സലീൽ ചൗധരി

"മക്കത്തു പോയ് വരും മാനത്തെ ഹാജിയാർക്ക്
മുത്തുപതിച്ചൊരു മേനാവ്
ഉടുക്കാൻ കസവിട്ട കള്ളിമുണ്ട്
നടക്കാൻ മെതിയടി പൊന്നുകൊണ്ട്..."

പിന്നീട് ഓർക്കസ്ട്രയോടുകൂടി റിക്കോർഡ് ചെയ്യാമെന്നായിരുന്നു ധാരണ. പക്ഷേ, ഈണം കേട്ടപ്പോൾ സലീൽ ചൗധരിയുടെ പ്രതികരണമിതായിരുന്നു.

"ഈ പാട്ട് ഇങ്ങനെ കേൾക്കുന്നതിലാണ് സുഖം. നോ, ഈ പാട്ടിന് ഓർക്കസ്ട്ര വേണ്ട ലൊതാ.. (സലീൽ ദാ അങ്ങനെയാണ് വിളിച്ചിരുന്നത്) ഈണത്തിന്റെ ചാരുത നഷ്ടപ്പെടുത്തരുത്."

അതാണ് ബംഗാളിയായ സലീൽ ചൗധരിയുടെ മഹത്വം! യഥാർത്ഥ സംഗീത നൈപുണ്യം!

സിനിമയിൽ സംഭാഷണം ഡബ്ബ് ചെയ്യുന്നത് പതിവാണ്. എന്നാൽ ഇന്ത്യൻ

സി നിമാ ചരിത്രത്തിൽ ഒരു പാട്ട് ചുണ്ടിനൊത്ത് ഡബ്ബ് ചെയ്യുന്നത് *ഏഴു രാത്രി*കളിൽ മാത്രമാണ്. അതിനുള്ള ഭാഗ്യം സിദ്ധിച്ചത് സീതയെ അവതരിപ്പിച്ച ലതയ്ക്കും.

15 വർഷത്തിനുള്ളിൽ ശാന്താ പി നായർ 23 സിനിമകളിലായി 44 പാട്ടുകളാണ് പാടിയത്. ഒരു പിന്നണിഗായികയെ സംബന്ധിച്ചിടത്തോളം എണ്ണത്തിൽ വളരെ കുറവായിരിക്കാം. പക്ഷേ, ഓംചേരി പറഞ്ഞത് വീണ്ടും ഞാനിവിടെ ആവർത്തിക്കുന്നു. എന്തിനധികം? പാടിയതെല്ലാം സംഗീത മണിമുത്തുകളല്ലേ. മനുഷ്യമനസ്സുകളെ ഇപ്പോഴും ഹരം പിടിപ്പിക്കുന്ന മലയാളത്തിന്റെ ശാന്തമായ മധുരനാദം! അതാണ് ശാന്താ പി നായർ!

ശാന്ത പൊതുവാളിന് സംഗീതത്തിന്റെ ഈണമുള്ള ശാന്താ പി നായർ എന്ന ബഹുമതി സമ്മാനിച്ച പി നായർ അല്ലെങ്കിൽ കെ പത്മനാഭൻ നായരെക്കുറിച്ച്, കലാകാരനെക്കുറിച്ച്, സർവ്വോപരി കമ്യൂണിസ്റ്റുകാരനെക്കുറിച്ചാണ് ഞാനിനിയെഴുതുന്നത്. ശാന്താ പൊതുവാളിനെ കണ്ടുമുട്ടിയ മദിരാശിപ്പട്ടണത്തിൽ നിന്നുതന്നെ തുടങ്ങാം. പയ്യന്റെ ഊരായ (പയ്യൻ-തമിഴ് കടവുളായ ബാലമുരുകൻ) പയ്യന്നൂരിൽനിന്നും 1945 ൽ മദ്രാസ് പ്രസിഡൻസിയിൽ പത്മനാഭനെന്ന ചെറുപ്പക്കാരനെത്തുന്നു.

ലണ്ടൻ മാതൃകയിലുള്ള മദിരാശി

ഈ ലേഖകൻ ലണ്ടൻ നഗരം നേരിട്ടുകണ്ടപ്പോഴാണ് ഒരു വസ്തുത ശരിക്കും ബോദ്ധ്യപ്പെട്ടത്.

മദിരാശിയുടെ മുഖമുദ്രയായ റിപ്പൺ ബിൽഡിങ് (കോർപ്പറേഷൻ മന്ദിരം) മ്യൂസിയം തിയേറ്റർ, പ്രസിഡൻസികോളേജ്, ക്രിസ്തീയ ദേവാലയങ്ങൾ തുടങ്ങിയ എല്ലാ കെട്ടിടങ്ങളും ലണ്ടനിലെ കൊളോണിയൽ തച്ചുശാസ്ത്രത്തിലാണ് നിർമ്മിച്ചിരിക്കുന്നത്. ലണ്ടനിലെ തെംസ് നദിയിൽ ഒഴുകിയെത്തുന്ന ചെറുതോടുകൾ പോലെ മദിരാശി കൂവം നദി ബക്കിങ്ഹാം കനാലാക്കി മാറ്റിയെന്നു മാത്രമല്ല ബോട്ടുകളും ഓടിച്ചു.

അങ്ങനെ പരിഷ്കാരപ്പകിട്ടിൽ മുങ്ങിക്കുളിച്ചു നില്ക്കുന്ന മദിരാശി പട്ടണത്തിലാണ് പത്മനാഭനെന്ന പയ്യൻ പയ്യന്നൂരിൽനിന്നും രണ്ടാം നമ്പർ തീവണ്ടിയിൽ വന്നിറങ്ങുന്നത്. വന്നയുടൻ ഷാവാലസ് എന്ന ഇംഗ്ലീഷ് കമ്പനിയിൽ സ്റ്റെനോഗ്രാഫറായി ജോലിയിലും പ്രവേശിച്ചു.

കെ പത്മനാഭൻ നായർ
ഒരു പ്രക്ഷേപകന്റെ ശബ്ദരേഖ!

കെ പത്മനാഭൻ നായർ

ആയുധമേന്തിയ ബ്രിട്ടീഷുകാർക്കെതിരെ ആയുധമേന്താതെ, സ്വാതന്ത്ര്യത്തിനുവേണ്ടി മഹാത്മാഗാന്ധിയും കൂട്ടരും പോരാടിക്കൊണ്ടിരിക്കുന്ന 1945 കാലഘട്ടം.

മദ്രാസ് പ്രസിഡൻസിയുടെ ആസ്ഥാനമായ സെന്റ് ജോർജ് കോട്ട സ്ഥിതിചെയ്യുന്ന വങ്കക്കടലിന്റെ തീരമായ 'മരീനാ കടപ്പുറത്ത്' അഞ്ചാറു മലയാളി യുവാക്കൾ തീവ്രമായ ഏതോ ചർച്ചയിലേർപ്പെട്ടിരിക്കുകയാണ്. കെ പത്മനാഭൻ എന്ന ചെറുപ്പക്കാരൻ രൂപം കൊടുത്ത മദിരാശി കേരള സമാജത്തിന്റെ ഭാവി പരിപാടികളാണ് ചർച്ചാവിഷയം. പെട്ടെന്നാണ് ബീച്ചിൽ സ്ഥാപിച്ചിരിക്കുന്ന കോളാമ്പിയിൽനിന്നുയർന്നുവന്ന റേഡിയോ സംഗീതം നിലച്ചത്. പിന്നെയാരോ എന്തോ വിളിച്ചുപറയുംപോലെ ശ്രദ്ധിച്ചപ്പോൾ തമിഴ്ച്ചുവയുള്ള മലയാളം മലയാളവാണിയെ ആരോ ആകാശവാണിയിലൂടെ ചവിട്ടിമെതിക്കുകയാണെന്ന് പുരോഗമന വാദികളായ ചെറുപ്പക്കാർക്ക് മനസ്സിലായി. പത്മനാഭൻ നായർ ആദ്യം കേട്ട റേഡിയോ പരിപാടി. കാൽമണിക്കൂർ കഴിഞ്ഞപ്പോഴാണ് അത് മലയാളത്തിലുള്ള ഒരു റേഡിയോ നാടകമാണെന്ന് ചെറുപ്പക്കാർക്ക്

മനസ്സിലായത്. സംഘത്തിലെ നായകനായ പത്മനാഭൻ നായർ രോഷാകുലനായി.

"എന്താണഹേ.. മധുരമായ മലയാളത്തെ വ്യഭിചരിക്കുകയാണോ?"

"ശരിയാണല്ലോ?"

കൂട്ടാളികൾ പിന്താങ്ങി.

മരീനായുടെ ഇളം കാറ്റിലും റേഡിയോ പരിപാടിയെക്കുറിച്ചുള്ള ചർച്ച ചൂടുള്ളതായി. പത്മനാഭൻ പരിപാടി പൂർണ്ണമായും കേൾക്കുക മാത്രമല്ല കടുത്ത ഭാഷയിൽ ഒരു വിമർശനക്കുറിപ്പും തയ്യാറാക്കി. പരിപാടിയുടെ അവസാനത്തിൽ അഭിപ്രായമറിയിക്കാനുള്ള നിർദ്ദേശവും വിലാസവുമുണ്ടായിരുന്നു. കുറിപ്പ് ഇംഗ്ലീഷിലേക്ക് പരിഭാഷപ്പെടുത്തി. എഗ്മൂർ മാർഷൽ റോഡിലുള്ള ഓൾ ഇന്ത്യാ റേഡിയോയിലേക്ക് അയക്കുകയും ചെയ്യുന്നു.

ഈ പത്മനാഭനാണ് പില്ക്കാലത്ത് റേഡിയോയുടെ തന്നെ ശബ്ദമായി മാറിയ സാക്ഷാൽ കെ പത്മനാഭൻ നായർ.

ഇന്ത്യക്ക് സ്വാതന്ത്ര്യം ലഭിക്കുന്നതിനു മുമ്പ് മദ്രാസ് പ്രസിഡൻസിയുടെ ഭാഗമായിരുന്നു മലബാർ പ്രദേശം. പാലക്കാട് തൊട്ട് കാസർഗോഡിന്റെ വടക്കനതിർത്തിയായ നേത്രാവതിപ്പുഴ വരെ വിസ്തൃതമായിരുന്നു. മലബാർ ബ്രിട്ടീഷുകാർ തീവണ്ടിയാത്ര വികസിപ്പിച്ചപ്പോൾ, ആദ്യവണ്ടി ഓടിയതും മലബാറിലേക്കു തന്നെ. അതുകൊണ്ടുതന്നെയാണ് മംഗലാപുരം മെയിലിന്റെ നമ്പർ ഒന്നായതും. ഈ പ്രവിശ്യയിലെ രാഷ്ട്രീയ പാരമ്പര്യമുള്ള നാടാണ് 'പയ്യന്നൂർ'.

പയ്യന്റെ ഊര്!

ഐതിഹ്യമായി പയ്യന്റെ ഊര് എന്ന പേരിൽ നിന്നുമാണ് പയ്യന്നൂർ രൂപാന്തരം പ്രാപിച്ചത്. 1934 ൽ മഹാത്മാഗാന്ധി മൂന്നാം ക്ലാസ് കമ്പാർട്ടുമെന്റിൽ കയറി പയ്യന്നൂരിന്റെ മണ്ണിൽ കാലുകുത്തിയതോടെ, ഈ നാടിനു പവിത്രമായ ഒരു രാഷ്ട്രീയ പാരമ്പര്യമുണ്ടായി. "ഗാന്ധിമാവു തൊട്ടു" അഖിലകേരള ചർക്കാ സംഘത്തിന്റെ ആസ്ഥാനം കൂടിയായപ്പോൾ പയ്യന്നൂർ മലബാറിന്റെ തിളങ്ങുന്ന കണ്ണിയുമായി.

പയ്യന്നൂർ ടൗണിന്റെ നിറുകയിലുള്ള കൊക്കാനിശ്ശേരി കൂടത്തിൽ തറവാട്ടിൽ ലക്ഷ്മിയമ്മയുടെയും എ കെ നമ്പ്യാരുടെയും ഏകമകനായി 1914 ലാണ് കൂടത്തിൽ പത്മനാഭൻ നായരുടെ ജനനം. പ്രാഥമിക വിദ്യാഭ്യാസം പയ്യന്നൂർ ഗവ. ഹൈസ്കൂളിൽ. ബ്രിട്ടീഷ് സിലബസായതുകൊണ്ട് പത്താം ക്ലാസ് പാസായതോടെ പത്മനാഭൻ നായർക്ക് ഇംഗ്ലീഷുഭാഷയിൽ നല്ല പരിജ്ഞാനമായി. തുടർന്ന് ടൈപ്പ്റൈറ്റിങ്ങും ഷോർട്ട് ഹാന്റും നല്ല ഗ്രേഡിൽ പാസാകുന്നു.

കുറച്ചുകാലം പയ്യന്നൂരിലെ കലാസാംസ്കാരിക മേഖലയിൽ പത്മനാഭൻ നായർ സജീവമായി പങ്കെടുക്കുന്നു. സംഗീതജ്ഞനും നടനും അദ്ധ്യാപകനുമായ എ രാമപ്പൊതുവാളുമായി ചേർന്ന് (സിനിമാ-സീരിയൽ നടൻ വി പി രാമചന്ദ്രന്റെയും പ്രശസ്ത നർത്തകൻ വി പി ധനഞ്ജയന്റെയും അച്ഛൻ) ഏതാനും നാടകങ്ങളിലഭിനയിക്കുന്നു.

തിരുവനന്തപുരം ആകാശവാണിയിലെ റിട്ടയേർഡ് സയൻസ് പ്രൊഡ്യൂസറും പയ്യന്നൂർ അത്തായി തറവാട്ടുകാരനുമായ എ പ്രഭാകരൻ തന്റെ ബാല്യകാല സ്മരണകൾ അയവിറക്കുന്നു. "കുട്ടമത്ത് കുന്നിയൂർ കുഞ്ഞികൃഷ്ണക്കുറുപ്പ് എഴുതിയ *ബാലഗോപാലൻ* എന്ന നാടകത്തിൽ പത്മനാഭൻ നായർ ശ്രീകൃഷ്ണനായി അഭിനയിച്ചിട്ടുണ്ട്.

തുടർന്ന് സ്വാതന്ത്ര്യസമര പ്രസ്ഥാനവുമായി ബന്ധപ്പെട്ട ചില നാടകങ്ങളിലും വേദിയിൽ കഥാപാത്രമായി താദാത്മ്യം പ്രാപിച്ച പത്മനാഭൻ നായർ "ഭാരത് മാതാകി ജയ്" എന്നു വിളിച്ചു പറഞ്ഞപ്പോൾ ബ്രിട്ടീഷ് പൊലീസ് അറസ്റ്റു ചെയ്ത സംഭവവുമുണ്ടായിട്ടുണ്ട്.

ബന്ധുകൂടിയായ ശ്രീ. എ കെ ഗോപാലനാണ് പത്മനാഭൻ നായരുടെ ഗുരു. സ്വാതന്ത്ര്യത്തിനുശേഷം എ കെ ജി കമ്യൂണിസ്റ്റ് രാഷ്ട്രീയ പ്രസ്ഥാനമാരംഭിച്ചപ്പോൾ പത്മനാഭൻ നായരും സംശുദ്ധമായ കമ്യൂണിസ്റ്റുകാരനായി.

ഉന്നത വിദ്യാഭ്യാസത്തിനും ഉദ്യോഗത്തിനുമായി മലബാറുകാർ ആശ്രയിച്ചിരുന്നത് മദിരാശിപ്പട്ടണത്തെയായിരുന്നു. സ്കൂൾ ഫൈനൽ പാസായ മിടുക്കന്മാർക്ക് അന്നത്തെ കാലത്ത് മദിരാശിയിൽ ഒരു ജോലി കിട്ടുവാൻ വലിയ ബുദ്ധിമുട്ടുണ്ടായിരുന്നില്ല. ടൈപ്പ്റൈറ്റിങ്ങും ഷോർട്ട് ഹാന്റും കൂടി വശത്താക്കിയ പത്മനാഭൻ 1936 ൽ മദിരാശിയിലേക്കു പുറപ്പെടുന്നു.

മദിരാശി ജീവിതം

മദിരാശിയിലെത്തിയ പത്മനാഭൻ നായർക്ക് ബ്രിട്ടീഷ് കമ്പനിയായ "ഷാവാലസിൽ' വളരെ പെട്ടെന്നു തന്നെ ജോലി കിട്ടി. കമ്പനിയുടെ തലവനായ സായ്പിന്റെ സ്റ്റെനോയായി 150 രൂപ ശമ്പളത്തിൽ. വളരെ മെച്ചപ്പെട്ട ഒരു തുകയായിരുന്നു അത്. ഒരണയ്ക്ക് രണ്ട് ഇഡ്ഡലിയും പന്ത്രണയ്ക്ക് ഒരൂണും കിട്ടുന്ന സമ്പന്നകാലം. അങ്ങനെ പത്മനാഭൻ 21 ന്റെ നിറവിൽ സന്തോഷചിത്തനായി മദിരാശി നഗരത്തിന്റെ തിരക്കേറിയ റോയപ്പേട്ടയിൽ താമസം തുടരുന്നു. ജോർജ് ടൗണിലെ ഓഫീസിൽ പോകാനും മറ്റു സഞ്ചാരത്തിനുമായി ഒരു റോയൽ സൈക്കിളും സംഘടിപ്പിക്കുന്നു.

ബ്രിട്ടീഷുകാരുടെ ചിട്ടയും നിഷ്ഠയുമുള്ള കമ്പനിയിലെ പ്രവൃത്തി സമയം കാലത്ത് 9 മുതൽ വൈകിട്ട് 4 വരെ. ശനിയും ഞായറും അവധി. പത്മനാഭൻ നായരുടെ മുന്നിൽ സമയമങ്ങനെ നീണ്ടു നിവർന്നുകിടക്കുന്നു. ഇതെങ്ങനെ പ്രയോജനപ്പെടുത്താമെന്നായി ചിന്ത. സംഘടനാ വൈഭവം ജന്മസിദ്ധമായ പത്മനാഭൻ നായർക്ക് റോയപ്പേട്ടയിലെ സാധാരണക്കാരായ മലയാളികളുമായി അടുത്തിടപഴകാൻ ബുദ്ധിമുട്ടുണ്ടായില്ല. പാവപ്പെട്ടവരുമായിട്ടുള്ള തന്റെ ചങ്ങാത്തം താമസിയാതെ ഒരു സംഘടനയായി മാറ്റുകയായിരുന്നു. റോയപ്പേട്ടയിലെ ഒരു കൊച്ചുമുറിയിലൊത്തുകൂടിയ സംഘടന കാലക്രമത്തിൽ കേരള സമാജമായി. സഖാവ് പത്മനാഭൻ നായർ മദിരാശി മലയാളികളുടെ പ്രിയപ്പെട്ട 'പപ്പേട്ടനു'മായി ഈയൊരു

സാഹചര്യത്തിലാണ് മറീനാ ബീച്ചിൽ വികൃതമായ മലയാള പ്രക്ഷേപണം കേട്ടതും പ്രതിഷേധക്കുറിപ്പ് അയച്ചതും. അക്കാലത്ത് പണക്കാരുടെ ഏറ്റവും വലിയ ആഡംബര വസ്തുവായിരുന്നു റേഡിയോ. ഇടത്തര ക്കാർക്ക് തൊട്ടുനോക്കാൻപോലും പറ്റാത്ത അപൂർവ്വ വസ്തു! അഞ്ചാറു ദിവസം കഴിഞ്ഞപ്പോൾ റേഡിയോ നിലയത്തിൽനിന്നും മലയാളിയായ ഒരു ഓഫീസർ പത്മനാഭൻ നായരെത്തേടി സമാജത്തിലെത്തുന്നു. ക്ഷുഭി തനായിട്ടാണ് തുടങ്ങിയത്.

"ഒന്നുമറിയാത്ത നിങ്ങൾ ചെറുപ്പക്കാർക്ക് എന്തുമെഴുതാം; പറയാം. ഇവിടെ മദിരാശിയിൽ മലയാളത്തിലഭിനയിക്കാൻ കഴിവുള്ളവരില്ല, പ്രത്യേ കിച്ചും സ്ത്രീകൾ, ഞാനെന്തു ചെയ്യാനാണ്."

മലയാളവും ഇംഗ്ലീഷും കൂട്ടിക്കലർത്തിയായിരുന്നു സംസാരം. നിസ്സം ഗതയേക്കാൾ അവജ്ഞ. പത്മനാഭൻ നായർ തിരിച്ചടിച്ചു.

"ഇതൊരുതരം കരുതിക്കൂട്ടിയുള്ള അവഗണനയാണ്."

"എങ്കിൽ നിങ്ങൾ കുറച്ചുപേരെ സംഘടിപ്പിച്ച് നല്ലൊരു മലയാളം പരിപാടി നടത്തൂ."

ഒന്നുമാലോചിക്കാതെ പത്മനാഭൻ നായർ വെല്ലുവിളി സ്വീകരിക്കു കയായിരുന്നു. അന്നുരാത്രി തന്നെ ലോഡ്ജിലെ സുഹൃത്തുക്കളെല്ലാം ഒത്തുകൂടി നാടകം കളിക്കാൻ തന്നെ തീരുമാനിക്കുന്നു. പി ഭാസ്കരന്റെ അളിയൻ രാമകൃഷ്ണമേനോൻ (പില്ക്കാലത്ത് നാടൻ എന്ന തൂലികാ നാമത്തിൽ പ്രശസ്തനായ സാഹിത്യകാരൻ) 'കലാകാരൻ' എന്നൊരു അരമണിക്കൂർ നാടകം തയ്യാറാക്കുന്നു. മൂന്നു പുരുഷന്മാരും മൂന്നു സ്ത്രീകളുമാണ് കഥാപാത്രങ്ങൾ. പത്മനാഭൻ നായരുടെ സഹവാസിയും വിദ്യാർത്ഥിയുമായിരുന്നു കൊല്ലം സ്വദേശി എ എ റഹീം (പില്ക്കാലത്തെ കോൺഗ്രസ് മന്ത്രിയും എം പിയും). രാമകൃഷ്ണനും പത്മനാഭൻ നായ രോടൊപ്പം പുരുഷവേഷമഭിനയിക്കാൻ തീരുമാനിക്കുന്നു. ഇനിയുള്ളത് മൂന്നു സ്ത്രീകഥാപാത്രങ്ങളാണ്. അതായിരുന്നു ചലഞ്ച്! ആ വെല്ലുവി ളിയും പത്മനാഭൻ നായർ പരിഹരിച്ചു. സമാജമംഗങ്ങളായിരുന്ന മൂന്നു തരുണീമണികൾ അഭിനയിക്കുവാൻ തയ്യാറാകുന്നു. മെഡിക്കൽ കോളേജ് വിദ്യാർത്ഥികളായിരുന്ന ടി സി വിമല, എസ് രാജലക്ഷ്മി(പ്രശസ്ത സാഹി ത്യകാരൻ ശ്രീ സുബ്രഹ്മണ്യം പോറ്റിയുടെ മകൾ), തലശ്ശേരിക്കാരി ദേവ കിക്കുട്ടി എന്നിവരായിരുന്നു അഭിനേത്രികൾ

വേദിയിൽ മാത്രമഭിനയിച്ചു പരിചയമുള്ള നാടകരചയിതാവിനും അഭി നേതാക്കൾക്കും റേഡിയോ നാടകത്തെക്കുറിച്ച് യാതൊരറിവുമുണ്ടായി രുന്നില്ല. സ്റ്റേജും കർട്ടനുമുണ്ടാകുമോ. വേഷം കെട്ടണോ, ഇളകിയഭിന യിക്കാനാകുമോ ഇങ്ങനെയുള്ള പല സംശയങ്ങൾക്കിടയിലൂടെയാണ്. ഒരാ ഴ്ചത്തെ റിഹേഴ്സൽ പൂർത്തിയാക്കിയത്. തികഞ്ഞ ആത്മവിശ്വാസ ത്തോടെ നമ്മുടെ കഥാപാത്രങ്ങൾ ഓൾ ഇന്ത്യാ റേഡിയോയിലെത്തുന്നു. പ്രോഗ്രാം കോ-ഓർഡിനേറ്റർ ഇവരെ സ്റ്റുഡിയോയിലേക്ക് കൂട്ടിക്കൊണ്ടു പോകുന്നു. അവിടെ സ്റ്റേജുമില്ല, കർട്ടനുമില്ല, രംഗസംവിധാനങ്ങളുമില്ല.

വിശാലമായ ഹാളിന്റെ മദ്ധ്യത്തിൽ താഴികക്കുടം പോലുള്ള ഒരു മൈക്രോ ഫോൺമാത്രം തൂങ്ങിക്കിടക്കുന്നു. നമ്മുടെ കലാകാരന്മാർ ആകെ പരിഭ്ര മിച്ചു. റിക്കോർഡിസ്റ്റ് കാര്യങ്ങൾ വിവരിച്ചപ്പോഴാണ് ഗുട്ടൻസ് പിടികിട്ടു ന്നത്. ശബ്ദവിന്യാസത്തിലൂടെ കഥാപാത്രങ്ങളെ സൃഷ്ടിച്ചെടുക്കണം. എല്ലാം ശബ്ദത്തിലൂടെ മാത്രം! മൈക്രോ ഫോണാണ് സദസ്സ്!

അഭിനയകല സിരകളിൽ തുടിച്ചുനില്ക്കുന്ന ആറു കലാകാരന്മാരും മൈക്കിനു മുന്നിൽ ശബ്ദാഭിനയത്തിലൂടെ ഉറഞ്ഞാടി. അത് ലൈവ് ബ്രോഡ് കാസ്റ്റായിരുന്നു (തൽസമയ സംപ്രേഷണം) നാടകം കഴിഞ്ഞതും തുടക്കത്തിൽ കേട്ടതുപോലുള്ള ഒരു 'ഗോങ്' മുഴങ്ങി. ഏതാണ്ട് അഞ്ചു മിനിറ്റോളം ശ്മശാനമൂകതയായിരുന്നു. എല്ലാവരുടെയും നെറ്റിയിൽ ഉൽക്ക ണ്ഠയുടെ വെള്ളത്തുള്ളികൾ! പ്രോഗ്രാം ഡയറക്ടർ എസ് എൽ മൂർത്തി യാണ് അഭിനന്ദിക്കാൻ ആദ്യമോടിയെത്തിയത്. നാടകം അവിടെ ഒരു സംഭ വമായിരിക്കുന്നു. മറ്റ് സ്റ്റുഡിയോ പ്രവർത്തകരും അഭിനന്ദനമറിയിക്കാനെ ത്തി. തന്മയത്വവും സ്വാഭാവികതയും നിറഞ്ഞ ഒരു റേഡിയോ നാടകം തമിഴിൽപ്പോലും ഉണ്ടായിരുന്നില്ലത്രേ.

കോട്ടും ടൈയും ധരിച്ച ഒരു പാതി സായ്പ് പത്മനാഭൻ നായരെ അകത്തേക്ക് വിളിച്ചു ഒരു കടലാസിൽ ഒപ്പിടിച്ചുകൊണ്ട് 'പച്ചക്കടലാസ് തുണ്ട്' കൊടുക്കുന്നു 30 രൂപയുടെ ചെക്ക്. എല്ലാവർക്കും കൂടിയുള്ള പ്രതി ഫലമായിരുന്നു അത്. ഈ അരങ്ങേറ്റം അക്ഷരാർത്ഥത്തിൽ മദിരാശി മല യാളികളുടെ സംസാരവിഷയമായി. വിസ്മയകരമായ ഒരു വഴിത്തിരിവിന്റെ മലയാള പ്രക്ഷപണത്തിന്റെ കഥയിവിടെ തുടങ്ങുന്നു.

ആകാശവാണിയെന്ന ഗന്ധർവ്വലോകം

വിമർശനത്തിന്റെ ഉടമയായ കെ പത്മനാഭൻ നായരെയും സംഘ ത്തെയും വീണ്ടുമൊരു നാടകമവതരിപ്പിക്കുവാൻ ആകാശവാണിയിലേക്ക് ക്ഷണിക്കുന്നു. ഇക്കുറി പത്മനാഭൻ നായർ തന്നെയാണ് ഒരു ഗ്രാമീണ നാടകമെഴുതിയത്. പ്രക്ഷേപണത്തിന്റെ എല്ലാ സാങ്കേതികത്വവുമുള്ള തീർത്തും ഒരു റേഡിയോ നാടകം തന്നെയായിരുന്നു അത്. പ്രമേയത്തിന്റെ തീക്ഷ്ണതയും അവതരണത്തിന്റെ പുതുമയും കാരണം ഈ നാടകവും ജനശ്രദ്ധ പിടിച്ചുപറ്റി. ഈയൊരു പശ്ചാത്തലത്തിലാണ് പ്രോഗ്രാം ഡയ റക്ടർ മൂർത്തിയുടെ ഒരോഫർ പത്മനാഭൻ നായർക്ക് ലഭിച്ചത്.

"റേഡിയോയിൽ ജോലി സ്വീകരിക്കാൻ തയ്യാറാണോ?"

രണ്ടു മൂന്നു സന്ദർശനങ്ങളോടെ എഗ്മൂർ മാർഷൽ റോഡിലുള്ള റേഡിയോ നിലയം ഗന്ധർവ്വലോകമാക്കിയിരിക്കുകയായിരുന്നു പത്മ നാഭൻ നായർ. അപൂർവ്വമായ അലങ്കാരങ്ങൾ, അകത്തളത്തിലെ അഴ കാർന്ന വർണ്ണരാജികൾ, ദീപവിതാനങ്ങൾ, ചുവന്ന പരവതാനികൾ, ഇട വിടാതെ ഒഴുകിയെത്തുന്ന സംഗീത വീചികൾ... സർക്കാർ സ്ഥാപന ത്തിന്റെ വ്യത്യസ്തമുഖം. മൊത്തത്തിലൊരു മായികലോകം! ഉദ്യോഗം

അന്വേഷിക്കാതെ ചോദിച്ചു വാങ്ങാതെ ഒരു വരപ്രസാദം. അക്കാലത്ത് ഒരു ചെറുപ്പക്കാരനും ലഭിക്കാത്ത ഓഫർ!

കേട്ടെഴുത്തുപണി പത്മനാഭൻ നായർ ഉപേക്ഷിക്കാൻ തന്നെ തീരുമാനിച്ചു. വിദേശക്കമ്പനിയിലെ ജോലി ഉപേക്ഷിക്കുന്നത് വിഡ്ഢിത്തമാണെന്ന് മേലധികാരികളും അഭ്യുദയകാംക്ഷികളും ഉപദേശിച്ചു. ത്രസിച്ച മനസ്സ് അതൊന്നുമുൾക്കൊണ്ടില്ല. തന്റെ സർഗ്ഗപ്രതിഭ തെളിയിക്കാൻ പറ്റിയ സ്ഥലം റേഡിയോ തന്നെ. ആഹ്ലാദചിത്തനായി പുതിയ താവളത്തിലേക്ക് ചേക്കേറി. നിലവിലെ ശമ്പളത്തേക്കാൾ 25 രൂപ കുറവായിരുന്നതും പ്രശ്നമാക്കിയില്ല. ജോലിയിൽ പ്രവേശിച്ചു പ്രവർത്തനവും തുടങ്ങി എന്നാൽ പുതിയ ജോലി എപ്പോൾ വേണമെങ്കിലും അവസാനിപ്പിക്കാവുന്ന കോൺട്രാക്ട് വ്യവസ്ഥയിലാണെന്നറിഞ്ഞപ്പോൾ പത്മനാഭൻ നായരുടെ ഉള്ളൊന്നു പിടഞ്ഞു. ഈ കോൺട്രാക്ട് വ്യവസ്ഥ 1981 ൽ പിരിയുന്നതുവരെ ഒരു ബാധപോലെ അദ്ദേഹത്തെ പിന്തുടർന്നിരുന്നു.

കൂലിക്കലാകാരൻ

നഷ്ടബോധത്തോടെ പത്മനാഭൻ നായർ 1945 ൽ മദിരാശി റേഡിയോ നിലയത്തിൽ മലയാളത്തിന്റെ കൂലിക്കലാകാരനായി പ്രവർത്തനം തുടരുന്നു. നിലയത്തിന്റെ നിയമാവലിയിൽ 'സ്റ്റാഫ് ആർട്ടിസ്റ്റ്' എന്ന ഓമനപ്പേരിലാണ് ഈ കൂലിക്കലാകാരന്മാരെ അറിയപ്പെടുന്നത്. അങ്ങനെ മലയാളവാണിയുടെ ആദ്യത്തെ സ്റ്റാഫ് ആർട്ടിസ്റ്റായി കെ പത്മനാഭൻ നായർ. താമസിയാതെ മലയാള വിഭാഗത്തിൽ പല പരിഷ്കാരങ്ങളുമുണ്ടായി. ആഴ്ചയിൽ അരമണിക്കൂർ വീതമുള്ള രണ്ടു പരിപാടികളായി. മെച്ചപ്പെട്ട നാടകങ്ങൾ, ഫീച്ചറുകൾ, അഭിമുഖങ്ങൾ... അങ്ങനെ മദിരാശിയിലെ മലയാള വാണിക്ക് പത്മനാഭൻ നായർ വെള്ളിക്കൊലുസണിയിച്ചു.

ആയിടയ്ക്കാണ് പത്മനാഭൻ നായരുടെ ജീവിതത്തിൽ നിനച്ചിരിക്കാത്ത ഒരു ഭാഗ്യം തഴുകുന്നത്. ഒരു ദിവസം കേരള സമാജമോഫീസിൽ ഒരു ദേശാടനക്കിളി പറന്നെത്തുന്നു. ജോലി തേടി മദിരാശിയിലെത്താറുള്ള ചില മലയാളികൾ സമാജത്തിലെത്തുന്നത് പതിവാണ്. അത്തരത്തിലുള്ള ഒരാളാണെന്നു മാത്രമേ കരുതിയുള്ളൂ. ആരോടുമൊന്നുമുരിയാടാതെ ആഗതൻ മാറി നില്ക്കുകയാണ്. മുട്ടിനു താഴെ വരെ നീണ്ടുകിടക്കുന്ന തവിട്ടുനിറത്തിലുള്ള ജുബ്ബ, ഖദർ വേഷ്ടി ഇതാണ് വേഷം. പത്മനാഭൻ നായർ അദ്ദേഹത്തിന്റെ അടുത്തുചെന്നു.

"അന്തിയുറങ്ങാനൊരിടം" നാട്ടിലേക്ക് പോകാനുള്ള തീവണ്ടിക്കൂലി.. ഇത്രയും പറഞ്ഞുകൊണ്ട് കക്ഷി സ്വയം പരിചയപ്പെടുത്തി.

"എന്റെ പേര് പി കുഞ്ഞിരാമൻ നായർ." ഇനിയുള്ളത് അച്ഛൻ എന്നോട് പറഞ്ഞ ഭാഷയിൽതന്നെയെഴുതാം.

അന്ന് കുഞ്ഞിരാമൻ നായർ മഹാകവിയായോ മലയാള കവിതയിലെ 'മേട സംക്രമ സന്ധ്യയായോ' വിശേഷിപ്പിക്കപ്പെട്ടിരുന്നില്ല. എന്നാൽ

പി കുഞ്ഞിരാമൻ നായർ

എന്നെപ്പോലുള്ള മറുനാടൻ പയ്യന്മാർക്ക് അന്നത്തെ കുഞ്ഞിരാമൻ നായർ എന്ന യുവകവി അറിയാത്ത ആരാദ്ധ്യനായിരുന്നു. വസന്തത്തിന്റെ വാടാത്ത പച്ചത്തഴപ്പിൽ മലയാളത്തിന്റെ ഗ്രാമസൗഭാഗ്യം മറുനാടുകളിൽ ഞങ്ങളിൽ ചിലർ നുണച്ചറിഞ്ഞിരുന്നു. ഞാൻ പയ്യന്നൂരിൽ നിന്നാണെന്നറിഞ്ഞപ്പോൾ സമീപദേശമായ കാഞ്ഞങ്ങാട്ടുകാരനായ നിളാനദിയുടെ പ്രിയകവി എന്നെ കെട്ടിപ്പിടിച്ചു. ആ നിമിഷം എന്തോ ഒരാത്മബന്ധമുള്ളതുപോലെ തോന്നി.

അന്നുരാത്രി പത്മനാഭൻ നായർ താമസിച്ചിരുന്ന കലാനിലയം ലോഡ്ജിൽ കുഞ്ഞിരാമൻ നായരെ പാർപ്പിച്ചു.

മഹാകവി പി കുഞ്ഞിരാമൻ നായരുടെ പ്രഥമ പ്രക്ഷേപണം

ആകാശവാണി പ്രോഗ്രാം ഡയറക്ടർക്ക് കുഞ്ഞിരാമൻ നായരെ പത്മനാഭൻ നായർ പരിചയപ്പെടുത്തുന്നു. പിയുടെ കവിതാ വൈഭവം വിശദമായിട്ടറിഞ്ഞ മൂർത്തി കവിതാപാരായണത്തിനുള്ള പ്രക്ഷേപണാനുമതി കൊടുക്കുന്നു. റേഡിയോയിൽ മലയാളത്തിലുള്ള കവിത വായന ആദ്യമായി തുടങ്ങിയ അസുലഭ മുഹൂർത്തം. കടം കൊടുത്ത പേനകൊണ്ട് രണ്ടു മണിക്കൂർ സമയത്തിനുള്ളിൽ പിയെഴുതിയ കവിതയാണ് തൽസമയ സംപ്രേഷണമായത്. അപൂർവ്വ സുന്ദരമായ വികാര വായ്പിന്റെ ആത്മാവിഷ്കാരമായിരുന്നു അത്. ആകാശവാണിയുടെ മലയാളവാണി ധന്യമായ മുഹൂർത്തം. 25 രൂപയുടെ ചെക്കു കൊടുത്തപ്പോൾ മൈക്രോഫോണിനെ തൊഴുതുകൊണ്ട് പി കുഞ്ഞിരാമൻ നായർ മൊഴിഞ്ഞു.

"കണ്ണും കരളും ചെവിയുമില്ലാത്തതിനാൽ ഞാൻ ഈ യന്ത്രത്തെ നമിക്കുന്നു!"

പത്മനാഭൻ നായരുടെ റേഡിയോ ജീവിതത്തിലെ ശുഭരാഗമായിരുന്നു ഈ സംഭവം.

* * * * * * *

വൈവിദ്ധ്യമാർന്ന പരിപാടികൾ ആകാശവാണിയിലവതരിപ്പിച്ചുകൊണ്ടിരിക്കുന്ന അവസരത്തിലാണ് പത്മനാഭൻ നായരെ കേന്ദ്ര പ്രക്ഷേപണ നിലയമായ ഡൽഹി ആകാശവാണിയിലേക്ക് വിളിക്കുന്നത്. രണ്ടാംലോക

മഹായുദ്ധം കെട്ടടങ്ങിക്കൊണ്ടിരിക്കുന്ന സമയം. അവിടെയും അദ്ദേഹത്തിന് മലയാളം പരിപാടികളുടെ ചുമതലയായിരുന്നു. യുദ്ധമവസാനിച്ചപ്പോൾ പല പരിപാടികളും നിർത്തലാക്കിയെന്നു മാത്രമല്ല പലരെയും പിരിച്ചുവിടുകയുമുണ്ടായി. വല്ലാത്ത അനിശ്ചിതത്വം നേരിട്ട സമയമായിരുന്നു. ഈ സമയത്താണ് ജന്തർമന്തറിൽ പി സി ജോഷി, വൈ ഡി ശർമ്മ, കെ എസ് ആർ ചാരി, ഹിന്ദിയിലെ സിനിമാനടൻ ബൽരാജ് സാഹ്നി എന്നിവരുടെ സ്റ്റഡി ക്ലാസുകളിൽ കമ്യൂണിസ്റ്റ് അനുഭാവിയായ പത്മനാഭൻ നായർ സജീവമായി പങ്കെടുത്തിരുന്നത്.

കമ്യൂണിസ്റ്റനുഭാവിയായതിനാൽ, ഇന്റലിജൻസ് തന്നെ പിന്തുടരുന്നുണ്ടെന്നു പത്മനാഭൻ നായർക്കു മനസ്സിലായി. കൂലിക്കലാകാരനെന്ന അപകർഷതാ ബോധവും ഇന്റലിജൻസിന്റെ നോട്ടപ്പുള്ളിയും കൂടിയായപ്പോൾ ജോലി രാജിവെച്ച് മദിരാശിയിലേക്കു മടങ്ങിയാലോ എന്നു പോലും ചിന്തിച്ചു തുടങ്ങി. അതേസമയം തന്റെ പരിപാടിയുടെ മികവും അർപ്പണവും അന്യഭാഷാ മേലധികാരികൾ ഉൾക്കൊണ്ട് അനുമോദിച്ചിരുന്നത് പത്മനാഭൻ നായർക്ക് ആശ്വാസമായിരുന്നു.

ദിവസവുമുള്ള അരമണിക്കൂർ പരിപാടിയിൽ നിശ്ചിത ഇനങ്ങൾ വാർത്തയും ആനുകാലിക വീക്ഷണവുമായിരുന്നു. ബാക്കിയുള്ള ഇരുപത് നിമിഷം വിനോദം കലർന്ന എന്തെങ്കിലുമായിരിക്കും. ഈയവസരത്തിലാണ് മലയാള പരിപാടിക്ക് ഒരു സൂചനാ സംഗീതം (സിഗ്നേച്ചർ ട്യൂൺ) വേണമെന്ന് പത്മനാഭൻ നായർക്ക് തോന്നിയത്. മേലധികാരികളുടെ അനുവാദത്തോടെ പിന്നെ അതിന്റെ നിർമ്മാണപ്രക്രിയയിലായി. സ്വാതിതിരുനാളിന്റെ പ്രശസ്തമായ ഒരു രാഗം സമന്വയിപ്പിച്ചാണ് അതുണ്ടാക്കിയത്. മലയാള ഗന്ധമുള്ള ഈ സൂചനാ സംഗീതം പ്രക്ഷേപണം ചെയ്തതോടെ മലയാള പരിപാടിയുടെ മുഖച്ഛായ തന്നെ മാറി. ഇതേത്തുടർന്നാണ് 15 രൂപയുടെ ശമ്പള വർദ്ധനവുണ്ടായത്.

ഡൽഹി ജീവിതത്തിലും പത്മനാഭൻ നായരുടെ മനസ്സിലെ സ്വപ്നം കേരള സമാജത്തിന്റെ വളർച്ചയും ഒരു മലയാള പ്രസിദ്ധീകരണവുമായിരുന്നു. സ്വപ്നം യാഥാർത്ഥ്യമാകാനുള്ള വഴിയുമൊരുങ്ങി. വൈസ്രോയിയുടെ ഇന്ത്യൻ സെക്രട്ടറിയായിരുന്ന വി പി മേനോനെ പരിചയപ്പെടുവാനുള്ള സാഹചര്യമുണ്ടാകുന്നു. ഏറ്റവും വലിയ ഇന്ത്യൻ മേധാവിയായിരുന്ന മേനോൻ ഡൽഹി കേരളാ ക്ലബ്ബിന്റെ അദ്ധ്യക്ഷൻ കൂടിയായിരുന്നു. ക്ലബ്ബംഗങ്ങളെ റേഡിയോയിൽ പങ്കെടുപ്പിക്കാൻ തുടങ്ങിയതോടെ പത്മനാഭൻ നായർ ക്ലബ്ബിലെ സന്ദർശകനാകുന്നു. ഈയൊരു സന്ദർശനമാണ് മേനോനുമായിട്ടടുക്കാൻ വഴിയൊരുക്കിയത്. വി പി മേനോന്റെ ഒരു പ്രഭാഷണം റേഡിയോയിൽ പ്രക്ഷേപണം ചെയ്യാനുള്ള അവസരവുമുണ്ടായി. മേനോന്റെ ആദ്യത്തേതും അവസാനത്തേതുമായ പ്രക്ഷേപണം. യുദ്ധക്കെടുതിയിൽ ദുരിതമനുഭവിക്കുന്നവരെ ആശ്വസിപ്പിക്കുന്നതായിരുന്നു വിഷയം. ഇന്ത്യൻ പ്രക്ഷേപണത്തിന്റെ സിരാകേന്ദ്രമായ 'ബ്രോഡ്കാസ്റ്റിങ് ഹൗസിനെ' പ്രക്ഷുബ്ധമാക്കിയ സംഭവം! അതോടെ പത്മനാഭൻ നായർ

കേന്ദ്രത്തിൽ പ്രശസ്തനാകുകയായിരുന്നു.

മദിരാശി കേരളാ സമാജത്തിന്റെ വളർച്ചയും ഇടത് പ്രസ്ഥാനം വിളംബരം ചെയ്യുന്ന ഒരു പ്രസിദ്ധീകരണവും പത്മനാഭൻ മനസ്സിൽ താലോലിച്ചിരുന്ന സ്വപ്നമായിരുന്നു. പ്രസിദ്ധീകരണത്തിന്റെ ഏറ്റവും വലിയ ശത്രു ന്യൂസ് പ്രിന്റിങ്ങിന്റെ കടുത്ത ക്ഷാമമായിരുന്നു. വി പി മേനോന്റെ സൗഹൃദത്തണലിൽ പത്മനാഭൻ നായർ അത് സാധിച്ചെടുത്തു. സിംലയിൽനിന്നുമാണ് ന്യൂസ് പ്രസിന്റെ പെർമിറ്റ് മേനോൻ സംഘടിപ്പിച്ചുകൊടുത്തത്. പിന്നെ താമസിച്ചില്ല. ഉടനെ മദിരാശിയിലേക്ക് വണ്ടി കയറി. മദിരാശി മലയാളികളുടെ തണൽമരമായ ഡോ. സി ആർ കൃഷ്ണപിള്ളയുടെ സഹായത്തോടെ *ജയകേരളം* വാരികയാരംഭിക്കുന്നു. പലരുടെയും പിന്തുണയോടെ ജനത പ്രസ്സും ആരംഭിക്കുന്നു. *ജയകേരളം* വാരികയുടെ തിരക്കിനിടയിലും സർക്കാരിന്റെ ശമ്പളം വാങ്ങുന്ന റേഡിയോ നിലയത്തിലെ ജോലികളും പത്മനാഭൻ നായർ ആത്മാർത്ഥതയോടെ ചെയ്തുകൊണ്ടിരുന്നു. ഈയവസരത്തിലാണ് വള്ളത്തോൾ, ജി ശങ്കരക്കുറുപ്പ്, പി കുഞ്ഞിരാമൻ നായർ, വി വി കെ നമ്പ്യാർ എന്നിവരെ പങ്കെടുപ്പിച്ചുകൊണ്ട് ഒരു കവിസമ്മേളനം പത്മനാഭൻ നായർ പ്രക്ഷേപണം ചെയ്യുന്നത്. ഈ സമയത്തുതന്നെ ഗാനകൈരളിയുടെ പിറവിയും. പ്രക്ഷേപണരംഗത്തു വരുന്നതിനു മുമ്പുതന്നെ ഇതുപോലുള്ള സംഗീത പരിപാടികൾ വേദികളിൽ അദ്ദേഹമവതരിപ്പിച്ചിരുന്നു. മലയാളകൃതികൾ ശാസ്ത്രീയമായി പാടുന്ന ഈ പരിപാടിക്കു ഗാനകൈരളി എന്ന പേരിൽ ആകാശവാണിയിൽ ആദ്യമായിട്ടവതരിപ്പിക്കാൻ തുടങ്ങിയത് പത്മനാഭൻ നായരായിരുന്നു. ഈ പരിപാടിയിലൂടെയാണ് ക്യൂൻ മേരീസ് കോളേജിലെ സംഗീത വിദ്യാർത്ഥികളായിരുന്ന ശാന്താ പൊതുവാൾ (പില്ക്കാലത്തെ പ്രശസ്ത പിന്നണിഗായിക ശ്രീമതി ശാന്താ പി നായർ), സുകുമാരി മേടയിൽ, കോമാട്ടിൽ ജാനകി (പിന്നീടിവർ അവിടത്തെ സംഗീത ലക്ചററായി), ടി സി മീനാക്ഷി, ടി സി സരള തുടങ്ങിയവർ അരങ്ങേറ്റം കുറിച്ചത്.

ഒത്തിരി യുവകലാകാരന്മാരെയും കലാകാരികളെയും ആകാശവാണിയിലൂടെ പത്മനാഭൻ നായർക്കു പരിചയപ്പെടുത്തുവാൻ കഴിഞ്ഞുവെന്നതും അഭിമാനകരമായ വസ്തുതയാണ്. ചിറ്റൂർ സ്വദേശിനിയും ശാസ്ത്രീയ സംഗീതജ്ഞയുമായ പി ലീലയും പില്ക്കാലത്ത് സിനിമാനടനായിത്തീർന്ന തിരുവനന്തപുരം സ്വദേശി ടി കെ ബാലചന്ദ്രനും അതിലെടുത്തു പറയേണ്ടവരാണ്. പത്മനാഭൻ നായർ തന്നെ രചിച്ച് വി ദക്ഷിണാമൂർത്തി ഈണം പകർന്ന ഗാന്ധിജിയെക്കുറിച്ച് പി ലീല പാടിയ രണ്ട് ഗാനങ്ങൾ പലപ്രാവശ്യം പ്രക്ഷേപണം ചെയ്യുകയുണ്ടായി. പത്മനാഭൻ നായരുടെ സൗഹൃദയവലയത്തിൽപ്പെട്ട മദിരാശി സർവ്വകലാശാലയിലെ ശ്രീ. എസ് കെ നായർ, അമേച്വർ നാടകകലാകാരന്മാരായ കെ ബാലകൃഷ്ണമേനോൻ, രാമകൃഷ്ണമേനോൻ (നാടകം) എം ജി മേനോൻ, ബേബി, ഡോ. സി കെ തമ്പായി, പി വി നിർമ്മല, ലക്ഷ്മി ദേവി എന്നിവർ പ്രിയപ്പെട്ട റേഡിയോ താരങ്ങളായി. ഏതാണ്ടിതേ കാലഘട്ടത്തിലാണ് കൊടു

ങ്ങല്ലൂർ സ്വദേശിയും വിപ്ലവ യുവകവിയുമായ പി ഭാസ്കരൻ മദിരാശിയിലെത്തുന്നതും പത്മനാഭൻ നായരുടെ ചങ്ങാതിയാകുന്നതും. ഭാസ്കരന്റെ സർഗ്ഗശക്തിയും *ജയകേരള*ത്തിനും ഒപ്പം ആകാശവാണിക്കും മുതൽക്കൂട്ടാകുന്നു. പി രാമൻ നായർ, പി വി നാരായണൻ നായർ ഇരുവരും *ജയകേരള*ത്തിന്റെ പ്രവർത്തകരാകുന്നു. അപ്പോഴേക്കും വാരിക ഇടതുപക്ഷ പ്രസ്ഥാനത്തിന്റെ കരുത്തുള്ള പ്രസിദ്ധീകരണമായി വളർന്നു കഴിഞ്ഞിരുന്നു. 'സുദർശൻ' എന്ന തൂലികാ നാമത്തിൽ പത്മനാഭൻ നായരെഴുതിയ 'വഞ്ചിക്കപ്പെട്ട വാഞ്ചിനാട്' എന്ന ലേഖനത്തെ തുടർന്ന് സർ സി പി തിരുവിതാംകൂറിൽ *ജയകേരളം* നിരോധിച്ചു. ഈയവസരത്തിൽ തന്നെ വൈക്കം മുഹമ്മദ് ബഷീർ സെക്കന്തരാബാദ് വഴി ചുറ്റിത്തിരിഞ്ഞ് മദിരാശിയിൽ പത്മനാഭൻ നായരുടെ കൂടെ താമസിക്കാനിടയാകുന്നത്. അപ്പോഴാണ് *ജയകേരള*ത്തിന്റെ വാർഷികപ്പതിപ്പിനുവേണ്ടി 'ജന്മദിനം' എന്ന സുപ്രസിദ്ധ കഥ ബഷീറെഴുതുന്നത്. ആ എഴുത്തുകാരനെഴുതിയിരുന്ന നർമ്മരസ പ്രധാനമായ 'കുറിപ്പുകൾ' അന്ന് പത്രപ്രവർത്തനത്തിലെ ഒരു സംഭവമായിരുന്നു.

കമ്യൂണിസം പ്രചരിപ്പിക്കുന്ന 'വാരിക' എന്ന കുറ്റം ചുമത്തി ഒരു ദിവസം മദിരാശി പൊലീസ് പത്മനാഭൻ നായരെയും രാമൻ മേനോനെയും പി ഭാസ്കരനെയും ബഷീറിനെയും ട്രിപ്ലക്കെയിൽ പൊലീസ് സ്റ്റേഷനിൽ വൈകുന്നതുവരെ ലോക്കപ്പിൽ വെച്ചു. ഒന്നു പേടിപ്പെടുത്താനുള്ള പ്രക്രിയയായിരുന്നു അത്. ഭാഗ്യത്തിന് ഈ വിവരം റേഡിയോ അധികൃതർ അറിഞ്ഞില്ല. ബഷീറിന്റെ ചില ചെറുകഥകളുടെ നാടകാവിഷ്കരണവും പി ഭാസ്കരന്റെ ഗാനങ്ങളും അന്ന് ശ്രോതാക്കളെ ഹരം പിടിപ്പിച്ചിരുന്നു. അതിലൂടെയാണ് പി ഭാസ്കരൻ പ്രക്ഷേപണകലയുമായി ബന്ധപ്പെടുന്നതും പിന്നീട് ഒരു സുപ്രധാന ഘട്ടത്തിൽ കോഴിക്കോട് ആകാശവാണിയിൽ സ്റ്റാഫ് ആർട്ടിസ്റ്റായി പ്രവർത്തിച്ചതും. ആ കഥ പിന്നാലെ വരുന്നു. കേരള സമാജത്തിന്റെ അംഗസംഖ്യാ വർദ്ധനവും *ജയകേരള*ത്തിന്റെ വിജയവും പത്മനാഭൻ നായർക്കു ഇരട്ടി മധുരമായിരുന്നു. അപ്പോഴേക്കും ആകാശവാണിയുടെ മലയാളം വാണിക്ക് നാല് വയസ്സ് പൂർത്തിയായിക്കഴിഞ്ഞിരുന്നു. ആത്മാർത്ഥമായ പ്രവർത്തനത്തിന് പത്മനാഭൻ നായർക്കു ലഭിച്ച പൊൻകിരീടം. ഒപ്പം ഇന്ത്യൻ പ്രക്ഷേപണവും വികാസം പ്രാപിച്ചുകൊണ്ടിരുന്നു. ആറുനിലയങ്ങൾ മാത്രമുണ്ടായിരുന്നത് തൊണ്ണൂറിലെത്തിയിരിക്കുന്നു.

വീണ്ടുമൊരു ഡൽഹിയാത്ര

1949-ാമാണ്ടിന്റെ ജനുവരിക്കുളിരിൽ സ്വാതന്ത്ര്യം ലഭിച്ചതിന്റെ ആഘോഷത്തിമിർപ്പിലാണ് ഡൽഹി വാസികൾ. കെ പത്മനാഭൻനായരുടെ ഡൽഹി ജീവിതത്തിന്റെ രണ്ടാം പകുതി ഇവിടെ തുടങ്ങുന്നു. ബ്രിട്ടീഷുകാർ തുടങ്ങിവെച്ച ഇന്ത്യൻ പ്രക്ഷേപണപ്രസ്ഥാനത്തിന്റെ ശക്തിയും ചാരുതയും ഒട്ടും ചോർന്നുപോകാതെ സ്വാതന്ത്ര്യത്തിനുശേഷവും പരി

പോഷിപ്പിച്ചെടുത്തത് ആദ്യത്തെ പ്രധാനമന്ത്രിയായിരുന്ന പണ്ഡിറ്റ് ജവഹർലാൽ തന്നെയായിരുന്നു. അതിന്റെ ഉദാത്തമായ തെളിവായിരുന്നു 1947 ആഗസ്ത് പിറക്കുന്ന അർദ്ധരാത്രിയിൽ നെഹ്റു ലോക മനഃസാക്ഷിയെ തൊട്ടുണർത്തിയ ചരിത്ര പ്രസിദ്ധവും കാവ്യാത്മകവുമായ ആ പ്രസംഗം- ട്രസ്റ്റ് വിത്ത് ഡസ്റ്റിനി- (വിധിയുമായിട്ടുള്ള ഏറ്റുമുട്ടൽ) ഓരോ ഭാരതീയന്റെയും ഹൃദയത്തിലേക്കു ചെന്നെത്താൻ ഓൾ ഇന്ത്യാ റേഡിയോ ചെയ്ത ശ്രമം ഏതു പ്രക്ഷേപണ പ്രസ്ഥാനത്തിനും അഭിമാനിക്കാവുന്നതത്രേ!

ഡൽഹിയിൽനിന്നും മലയാളം വാർത്ത

ബ്രോഡ് കാസ്റ്റിങ് ഹൗസിലെ വാർത്താവിഭാഗത്തിൽനിന്നും 1949 ജനുവരി ഒന്നു മുതൽ രാവിലെ 'മലയാളം വാർത്തകൾ' തുടങ്ങാൻ പോകുന്നു. ഈയവസരത്തിലാണ് എത്രയും പെട്ടെന്ന് ഹെഡ്ക്വാർട്ടേഴ്സിലെത്തണമെന്ന അറിയിപ്പ് പത്മനാഭൻ നായർക്കു ലഭിക്കുന്നത്. ഏതാനും ദിവസങ്ങൾക്കു മുമ്പാണ് ഹെഡ് ക്വാർട്ടേഴ്സിലെ ഉൾപ്പോരുകൾ വിഷയമാക്കി 'തലയില്ലാത്ത തലസ്ഥാനം' എന്നൊരാക്ഷേപലേഖനം *ജയകേരള*ത്തിൽ പത്മനാഭൻ നായർ എഴുതിയത്. അതിന്റെ പ്രത്യാഘാതമെന്നോണം ശിക്ഷിക്കാനായിരിക്കും ഡൽഹിയിലേക്ക് തന്നെ വിളിക്കുന്നതെന്ന് അദ്ദേഹം ഭയന്നു. ജോലി പോയതുതന്നെ. അപ്പോഴാണ് കർക്കശക്കാരനായ മദിരാശി നിലയത്തിലെ ഡയറക്ടർ ജി ടി ശാസ്ത്രി പത്മനാഭൻ നായരെ മുറിയിലേക്ക് വിളിക്കുന്നത്. ചായ സൽക്കാരത്തിനു ശേഷം ശാസ്ത്രി ശാന്തനായി.

"ലുക്ക് മി. നായർ നിങ്ങളെ വിളിക്കുന്നത് മലയാളം വാർത്ത വായിക്കാനാണ്. ചരിത്രത്തിൽ എഴുതപ്പെടാൻ പോകുന്ന വലിയ ദൗത്യം. ഡോൺഡ് മിസ്സ് ഇറ്റ്!"

എന്നു പറഞ്ഞുകൊണ്ട് ഡൽഹിക്കുള്ള ട്രെയിൻ ടിക്കറ്റും യാത്രപ്പടി നൂറ് രൂപയും പത്മനാഭൻ നായരെ ഏല്പിക്കുന്നു. *ജയകേരളവും* കേരള സമാജവും വിട്ടുപോവുകയെന്നത് പത്മനാഭൻ നായരെ സംബന്ധിച്ചിടത്തോളം ദുസ്സഹമായിരുന്നു. എങ്കിലും പ്രതീക്ഷിക്കാതെയെത്തിയ ഭാഗ്യലക്ഷ്മിയെ തൂത്തെറിയാൻ മനസ്സുവന്നില്ല. രണ്ടാമതും ഡൽഹിക്കു പുറപ്പെടുന്നു. ഡിസംബർ 31 ന് അവിടെയെത്തുന്നു.

വാർത്തകൾ വായിക്കുന്നത് പത്മനാഭൻ

തെല്ല് പരിഭവത്തോടെ ബ്രോഡ്കാസ്റ്റിങ് ഹൗസിന്റെ പടിവാതിൽ കയറിയപ്പോൾ പൂമുഖത്ത് മഹാത്മാഗാന്ധിയുടെ രണ്ടുവാചകങ്ങൾ ഇംഗ്ലീഷിലെഴുതി വെച്ചിരിക്കുന്നത് വായിച്ചു.

"എന്റെ വീടിനെ ഭിത്തികൾകൊണ്ടു ബന്ധിക്കാനോ ജനാലകൾ അടച്ചുപൂട്ടാനോ ഞാനാഗ്രഹിക്കുന്നില്ല. എല്ലാ രാജ്യങ്ങളുടെയും സംസ്കാരങ്ങൾ എത്രയും സ്വാതന്ത്ര്യത്തോടെ എന്റെ ഭവനത്തിൽ പ്രസരിച്ചുകൊണ്ടിരിക്കട്ടെ." ബ്രോഡ്കാസ്റ്റിങ് ഹൗസിനു അനുയോജ്യമായ ആ വരി

കൾ പത്മനാഭൻ നായർക്കു അവാച്യമായ അനുഭൂതി പകരുന്നതോടൊപ്പം പുതിയൊരുന്മേഷം തന്നെ പ്രദാനം ചെയ്തു. ഒരു സാംസ്കാരിക സ്ഥാപനത്തിനു ഇത്രയും ശ്രേഷ്ഠമായ മുഖപ്രസാദമുണ്ടാകുവാനുണ്ടോ? മനസ്സിലെ കീടങ്ങൾ തുടച്ചുമാറ്റി സ്വാർത്ഥത വെടിഞ്ഞ് ഊർജ്ജസ്വലതയോടെയാണ് ന്യൂസ് ഡയറക്ടറെ കണ്ട് തന്റെ സാന്നിദ്ധ്യമറിയിച്ചത്. മാറ്റത്തിന്റെ മാറ്റൊലി! ഇന്ത്യൻ ദേശീയത്വത്തിന്റെ ഉദാത്തമായ ഉൾപ്രവാഹം! അതിന്റെ പങ്കാളിയാവുക. പത്മനാഭൻ നായരുടെ മനസ്സിൽ അഭിമാനം വീണ്ടും തലയുയർത്തി. മലയാള വാണിയെ മദിരാശിയിൽ എഴുത്തിനിരുത്തി. വിദേശങ്ങളിലേക്കുള്ള പ്രക്ഷേപണങ്ങളിൽ മലയാളം ഉൾപ്പെടുത്തിയപ്പോൾ അവിടെ കൈപിടിച്ചു നിർത്തി. ഇപ്പോൾ ദിവസേന ഇന്ത്യയിലെ പ്രധാന ഭാഷകൾക്കൊപ്പം മലയാളത്തിലും വാർത്തകൾ തുടങ്ങുമ്പോൾ ആദ്യമായി വായിക്കാനുള്ള മഹാഭാഗ്യവും കൈവന്നിരിക്കുന്നു! കെ പത്മനാഭൻ നായരുടെ പ്രക്ഷേപണ കിരീടത്തിൽ മറ്റൊരു മയിൽപ്പീലി കൂടി. വാട്ടം വീണ ഉത്സാഹം വീണ്ടും വിടരുന്നു.

സഹായികളായി കിട്ടിയത് പഴയ കൂട്ടുകാരായിരുന്ന വി ബാലരാമനും ശങ്കരനാരായണനും. അടുത്ത ദിവസം പ്രഭാതത്തിലാണ് വാർത്തകൾ തുടങ്ങേണ്ടത്. ഒരാഴ്ചയെങ്കിലും പരിശീലനമില്ലാതെ വാർത്ത വായിക്കാൻ അനുവദിക്കാറില്ല. മുൻപരിചയത്തിന്റെയും വിശ്വാസത്തിന്റെയും പേരിലാണ് അധികാരികൾ സമ്മതിച്ചത്. പല ഭാഷകളിലുള്ള തലേ ദിവസം പ്രക്ഷേപണം വാർത്താ ബുള്ളറ്റിനുകളെല്ലാം പത്മനാഭൻ നായർ ശ്രദ്ധയോടെ കേട്ടു. മലയാളം അതിനു ഒട്ടും പിന്നിലാകരുതെന്ന വാശിയോടെ ഒരു പുതിയ ശൈലി ആവിഷ്കരിച്ചെടുക്കുകയും ചെയ്തു.

1949 ജനുവരി ഒന്ന്!

മഞ്ഞണിഞ്ഞ പുതിയ പ്രഭാതം പുലരുന്നതിനു മുമ്പുതന്നെ പത്മനാഭൻ നായർ റേഡിയോ നിലയത്തിലെത്തി. ന്യൂസ് റൂമിലെത്തിയപ്പോൾ ഇംഗ്ലീഷിൽ ടൈപ്പു ചെയ്ത വാർത്തയുടെ പതിപ്പ് അദ്ദേഹത്തിന്റെ കൈയിൽ കൊടുത്തു. ന്യൂസ് മുറിയിലിരുന്നു തന്നെ അത് സശ്രദ്ധം മലയാളത്തിലേക്ക് തർജ്ജമ ചെയ്തു. സായ്പിന്റെ പള്ളിക്കൂടത്തിൽ പഠിച്ചതുകൊണ്ട് പത്മനാഭൻ നായരുടെ ഇംഗ്ലീഷിന് ഒരു കൊളോണിയൽ ടച്ചുണ്ടായിരുന്നു. ഒപ്പം മാതൃഭാഷയുടെ മധുരിമയും. ഉൽക്കണ്ഠ നിറഞ്ഞ അനർഘനിമിഷങ്ങൾ.. കൃത്യം 7.20 നാണ് വാർത്തകൾ തുടങ്ങേണ്ടത്. സമയം 7.10.

സമയത്തിന്റെ വില അല്ലെങ്കിൽ കൃത്യനിഷ്ഠ പത്മനാഭൻ നായർക്ക് പുത്തരിയല്ല് എങ്കിലും ഭാരതത്തിലെ എല്ലാ മലയാളികളും തന്റെ ശബ്ദം ശ്രവിക്കാൻ പോകുന്നുവെന്ന അങ്കലാപ്പ് മനസ്സിൽ ഒരൊടുക്കുമേളം തന്നെ സൃഷ്ടിക്കുന്നുണ്ടായിരുന്നു. കേന്ദ്രത്തിലെ പ്രസിദ്ധമായ 'ഒമ്പതാം നമ്പർ.' സ്റ്റുഡിയോയിൽ പ്രക്ഷേപകൻ അടിച്ചടിച്ചെടുത്തു.

സമയം 7.15
പത്മനാഭൻ നായർ മൈക്രോ ഫോണിനുമുന്നിലിരുന്നു.
ടിക് ടിക് ടിക്..
നാഴികമണി ശബ്ദമില്ലാതെ മെല്ലെ മെല്ലെയിഴയുന്നു
7.19 ന് ചുവന്ന വിളക്ക് പ്രകാശിച്ചു.
7.20

വാർത്തകൾക്കായിട്ടുള്ള പ്രധാന ഹ്രസ്വതരംഗപ്രസരണിയിൽ ആദ്യത്തെ മലയാള മധുരമൊഴിമുഴങ്ങുന്നു!

"ഓൾ ഇന്ത്യാ റേഡിയോ വാർത്തകൾ വായിക്കുന്നത് പത്മനാഭൻ."

കെ പത്മനാഭൻ നായരുടെ സിനിമാ ജീവിതം

അപകടകാരിയായ രാഷ്ട്രീയക്കാരനും കമ്യൂണിസ്റ്റുപ്രചാരകനാണെന്നും മുദ്രകുത്തി 1964 ൽ ഓൾ ഇന്ത്യാ റേഡിയോയിൽനിന്നും പടിയിറങ്ങേണ്ട ദുർവ്വിധിയും പത്മനാഭൻ നായർക്കുണ്ടായി. പിന്നീട് സർവ്വീസിൽ കയറിയത് 1970 ലാണ്. ഇടയിലുള്ള ആറുവർഷക്കാലം പത്മനാഭൻ നായർ മലയാളചലച്ചിത്രരംഗത്ത് സജീവമായിരുന്നു.

ചരിത്രഗവേഷണത്തിൽ തല്പരനായിരുന്ന പത്മനാഭൻ നായർ ആദ്യമെഴുതിയ തിരക്കഥ *പഴശ്ശിരാജ*യായിരുന്നു. അതുകഴിഞ്ഞയുടനെയാണ് ചന്ദ്രതാരയ്ക്കുവേണ്ടി *തച്ചോളി ഒതേനന്റെ* സ്ക്രിപ്റ്റെഴുതുന്നത്. 1964 ൽ തന്നെ ഈ രണ്ടു സിനിമകളും റിലീസാകുന്നു. *തച്ചോളി ഒതേനനിൽ* ശാന്താ പി നായരടക്കം പാടിയ പാട്ടുകളെല്ലാം തന്നെ ശ്രദ്ധേയങ്ങളായിരുന്നുവെങ്കിലും അവസാന നിമിഷത്തിൽ പത്മനാഭൻ സൃഷ്ടിച്ചെടുത്ത

കെ പത്മനാഭൻ നായർ തിരക്കഥ എഴുതിയ ചിത്രം

തോണിപ്പാട്ടാണ് ഏറ്റവും കൂടുതൽ ഹിറ്റായത്. "അഞ്ജനകണ്ണെഴുതി..." *തച്ചോളി ഒതേനൻ* പ്രസിഡന്റിന്റെ വെള്ളിമെഡൽ കരസ്ഥമാക്കി. തുടർന്നു ചരിത്രസംബന്ധിയായ സിനിമകളുടെ സ്പെഷ്യലിസ്റ്റായി മാറി പത്മനാഭൻ നായർ.

രണ്ടുവർഷം കഴിഞ്ഞപ്പോൾ ഇതേ ചന്ദ്രതാര *കുഞ്ഞാലിമരയ്ക്കാരു*ടെ റേഡിയോ നാടകം സിനിമയാക്കി. കൊട്ടാരക്കര അനശ്വരമാക്കിയ *കുഞ്ഞാലി മരയ്ക്കാരും* കേന്ദ്രസർക്കാരിന്റെ വെള്ളിമെഡൽ നേടി. ഈ സിനിമയിലാണ് പി ജയചന്ദ്രൻ ആദ്യമായി പാടുന്നത്. കമ്യൂണിസ്റ്റ് സർക്കാരിന്റെ കാലത്ത് വിദ്യാഭ്യാസമന്ത്രിയായിരുന്ന മുണ്ടശ്ശേരി മാഷ് *കുഞ്ഞാലി മരയ്ക്കാർ* പാഠപുസ്തകമാക്കിയെന്ന് മാത്രമല്ല 25000 രൂപ പ്രതിഫലമായി നല്കുകയും ചെയ്തു.

*തച്ചോളി ഒതേനനു*ശേഷം 1965 ൽ പത്മനാഭൻ നായർ വികാരതീവ്രത നിറഞ്ഞ ഒരു കുടുംബകഥ സിനിമയ്ക്കുവേണ്ടി മെനഞ്ഞെടുക്കുന്നു. സത്യനും അംബികയും പ്രധാന വേഷത്തിലഭിനയിച്ച *കടത്തുകാരൻ.* പ്രദർശന വിജയം നേടിയ ഈ സിനിമയ്ക്കുവേണ്ടി ഭാസ്കരൻമാഷും ബാബുരാജും ചേർന്നൊരുക്കി കെ പി ഉദയഭാനുവും ലതയും ചേർന്നു പാടിയ "പാവക്കുട്ടി പാവാടക്കുട്ടി" എന്ന ഗാനം അക്കാലത്തെ സൂപ്പർഹിറ്റായിരുന്നു.

സംവിധായകന്റെ മേലങ്കി

1965 ൽ തന്നെ രണ്ടു സിനിമകൾക്ക് തിരക്കഥയും സംഭാഷണവുമെഴുതി പത്മനാഭൻ നായർ സംവിധാനം ചെയ്യുകയുണ്ടായി. സത്യൻ അംബിക ജോഡികളഭിനയിച്ച *ദേവത*യും പ്രേം നസീർ-ഷീല ജോഡികൾ വേഷമിട്ട *കൊച്ചുമോനും* ആയിരുന്നു ആ സിനിമകൾ. *ദേവത*യുടെ സംഗീതം പി എസ് ദിവാകറിന്റേതായിരുന്നുവെങ്കിൽ ആലപ്പി ഉസ്മാനായിരുന്നു *കൊച്ചുമോന്റെ* സംഗീത സംവിധാനം നിർവ്വഹിച്ചത്. പില്ക്കാലത്ത പ്രശസ്ത സംവിധായകനായി മാറിയ ഹരിഹരനായിരുന്നു *കൊച്ചുമോന്റെ* സഹസംവിധായകൻ.

മദിരാശിയിലെ ചില വേദികളിലും അഭിനയിച്ച പത്മനാഭൻ നായരുടെ *സന്ധ്യയ്ക്കൊരു സൂര്യോദയം* എന്ന നാടകം സിനിമയാക്കിയപ്പോൾ ആനുകാലിക പ്രസക്തിയുള്ള *എൻ ജി ഒ* എന്നാക്കി. 1968 ൽ പത്മനാഭൻ നായർ സംഭാഷണമെഴുതി പ്രദർശന വിജയം നേടിയ സിനിമയായിരുന്നു *വിധി.* രാജശ്രീ പിക്ചേഴ്സിനു വേണ്ടി താരാചന്ദ് ഭർജാത്യഹിന്ദിയിൽ നിർമ്മിച്ച *തക്പീറ്റി*ന്റെ മൊഴിമാറ്റചിത്രമായിരുന്നു വിധി. പത്മനാഭൻ നായരുടെ ഹൃദയസ്പർശിയായ സംഭാഷണവും സമർത്ഥമായ ഡബ്ബിങ് മേൽനോട്ടവും *വിധി* സിനിമയെ മനോഹരമാക്കി. മൊത്തം 12 സിനിമകൾക്കു വേണ്ടി പത്മനാഭൻ നായർ പ്രവർത്തിച്ചിട്ടുണ്ട്. *ഉടൽ ദതുടർ* എന്നൊരു തുളു സിനിമയും ഇദ്ദേഹം സംവിധാനം ചെയ്തിട്ടുണ്ട്. ബി എ ചിദംബരനാഥ് സംഗീതസംവിധാനം നിർവ്വഹിച്ച ഈ തുളു സിനി

മയിൽ ലത പാടിയിട്ടുമുണ്ട്. പത്മനാഭൻ രണ്ട് പ്രശസ്ത നോവലുകൾ ചലച്ചിത്രമാക്കാൻ തുടങ്ങിയെങ്കിലും എന്തോ കാരണങ്ങളാൽ അതു നടക്കാതെ പോയി. കുങ്കുമം അവാർഡ് നേടിയ *പാവുമുണ്ട്*, വായനക്കാരെ കവർന്ന *കസ്തൂരിമാൻ എന്നിവയാണവ.*

വീണ്ടും തിരുവനന്തപുരം ആകാശവാണിയിലേക്ക്

സ്തുത്യർഹമായ 20 വർഷത്തെ സേവന പാരമ്പര്യവും പിരിച്ചു വിട്ട 6 വർഷവും ചേർന്ന് 26 വർഷത്തെ സേവന ആനുകൂല്യങ്ങൾ നഷ്ടപ്പെടുത്തിയാണ് 1970 ൽ തിരുവനന്തപുരം എ ഐ ആറിലേക്ക് അസിസ്റ്റന്റ് പ്രൊഡ്യൂസറുടെ തസ്തികയിൽ പത്മനാഭൻ നായർ പ്രവേശിക്കുന്നത്.

തസ്തിക നോക്കാതെ തന്നെ ഏല്പിക്കുന്ന ഏതു ജോലിയും വേഗത്തിലും അതിലേറെ വൃത്തിയിലും സർഗ്ഗപ്രതിഭയിലും അർപ്പണബോധത്തോടെ ചെയ്തുതീർക്കുന്ന വ്യക്തിയായിരുന്നുവെന്ന്, റിട്ടയർ ചെയ്ത ആകാശവാണി പ്രവർത്തകർ അനുസ്മരിക്കുന്നു.

തങ്കച്ചനും എ പ്രഭാകരനും

1975 ൽ തങ്കച്ചൻ തിരുവനന്തപുരം ആകാശവാണിയിൽ അനൗൺസറായി, നിലയത്തിന്റെ നായകനായ ഇ എം ജെ വെണ്ണിയൂർ നിയമനം ചെയ്ത കാലം. ആരംഭത്തിൽത്തന്നെ തന്റെ ശബ്ദ സൗന്ദര്യത്താൽ തങ്കച്ചൻ ശ്രോതാക്കളെ കവർന്നിരുന്നു. തങ്കച്ചൻ മധുരിക്കുന്ന ഓർമ്മകളിലേക്ക് ഊളിയിടുകയാണ്.

ഡ്യൂട്ടി കഴിഞ്ഞ് രാത്രി 10 മണിക്ക് തങ്കച്ചൻ പോകാനൊരുങ്ങുമ്പോൾ സ്റ്റുഡിയോയിലെ മൈക്കിനു മുന്നിലിരുന്നു പത്മനാഭൻ നായർ എന്തോ പ്രത്യേക ഒരു "സൗണ്ട് എഫക്ട്" സൃഷ്ടിച്ചെടുക്കുന്ന ശ്രമത്തിലായിരുന്നു. രണ്ട് ബൈക്കുകൾ കൂട്ടിയിടിച്ച് തകരുന്ന ശബ്ദമായിരുന്നു അദ്ദേഹത്തിനു വേണ്ടിയിരുന്നത്.

പിറ്റേന്ന് അതിരാവിലെ തങ്കച്ചൻ ഡ്യൂട്ടിക്കു വന്നപ്പോഴും പത്മനാഭൻ നായർ സ്റ്റുഡിയോയിൽ അതേ മൈക്കിനു മുന്നിലിരിക്കുകയായിരുന്നു

ഉദ്ദേശിച്ച എഫക്ട് സൃഷ്ടിച്ചെടുത്ത സംതൃപ്തിയിലായിരുന്നു അദ്ദേഹമപ്പോൾ. അത്ഭുതത്തോടെ തങ്കച്ചൻ,

"സാറിതുവരെ പോയില്ലേ?" നേരം വെളുത്തു.

"എന്താഹേ നിങ്ങളിപ്പറയുന്നത് നേരം വെളുത്തെന്നോ?" ചിരിച്ചുകൊണ്ടുള്ള പത്മനാഭൻ നായരുടെ മറുപടി. അതാണ് കെ പത്മനാഭൻ നായർ!

ഏറ്റ ജോലിയുടെ പൂർണ്ണതയിലെത്തുംവരെ സ്റ്റുഡിയോയിൽ ഒറ്റ ഇരിപ്പാണ്. പുറത്തു വെയിലാണോ മഴയാണോ, പകലാണോ, രാത്രിയാണോ ഇതൊന്നും അദ്ദേഹമറിയാറില്ല.

തങ്കച്ചന്റെ മറ്റൊരനുഭവം.

പൂവച്ചൽ ഖാദർ ആദ്യമായി ആകാശവാണിക്കു വേണ്ടിയെഴുതിയ എം ജി രാധാകൃഷ്ണൻ ഈണം പകർന്ന ലത പാടിയ ഒരു ഗാനമുണ്ടായിരുന്നു.

"ഓരോ കിനാവിലും.."

ശ്രോതാക്കളുടെ ഇഷ്ടഗാനമായിരുന്ന ആ പാട്ടിന്റെ രചനയിൽ ആകൃഷ്ടനായ പത്മനാഭൻ നായർ "ഓരോ കിനാവിലും" എന്ന പേരിൽ ഒരു റേഡിയോ നാടകം മെനഞ്ഞെടുക്കുകയുണ്ടായി. ശബ്ദത്തിലൂടെ ദൃശ്യമുണ്ടാക്കേണ്ട ദുഷ്കരമായ പ്രക്രിയയാണ് റേഡിയോ നാടകം. ഇതിൽ പത്മനാഭൻ നായർ സമർത്ഥനുമായിരുന്നു. ഘന ഗംഭീരശബ്ദത്തിന്റെ ഉടമ തങ്കച്ചനെയാണ് പത്മനാഭൻ നായർ നായകനായി തെരഞ്ഞെടുത്തത്. സിനിമയ്ക്കു മുഖസൗന്ദര്യം പോലെയാണ് നാടകത്തിന് ശബ്ദ സൗന്ദര്യം. ടി പി രാധാമണിയായിരുന്നു നായിക. 'ഓരോ കിനാവിലും' 13 ഭാഗങ്ങളിലായിട്ടാണ് ആകാശവാണിയിൽ പ്രക്ഷേപണം ചെയ്തത്. തങ്കച്ചൻ തന്റെ ഓർമ്മകൾക്ക് വീണ്ടും ശ്രുതി മീട്ടുന്നു. തിരുവനന്തപുരം ആകാശവാണിക്ക് ദേശീയ പുരസ്കാരങ്ങൾ നേടിക്കൊടുത്ത ധാരാളം 'സംഗീത ശില്പങ്ങൾ' പത്മനാഭൻ നായർ പ്രൊഡ്യൂസ് ചെയ്തിട്ടുണ്ട്. അതിൽ രണ്ടെണ്ണം എടുത്തു പറയേണ്ടതാണ്.

'സ്വാതിതിരുനാൾ,' 'കേരളത്തിലെ താളമേളങ്ങൾ' (Rhythms of Kerala). വടക്കേ മലബാർ തൊട്ട് തിരുവിതാംകൂറിന്റെ തെക്കേയറ്റം വരെയുള്ള വൈവിദ്ധ്യമാർന്ന താളമേളങ്ങളുടെ സമഗ്ര പഠനം കൂടിയായിരുന്നു ഇത്. അതാതു സ്ഥലങ്ങളിൽ പോയി പത്മനാഭൻ നായരും സംഘവും ഈ താളക്കൂട്ടുകൾ ശബ്ദലേഖനം ചെയ്യുകയായിരുന്നു. പരിപാടിയുടെ പൂർണ്ണതയ്ക്കുവേണ്ടി വിവരണം നല്കിയത് ആകാശവാണിയിലൂടെ പ്രസിദ്ധനായ പത്മരാജനായിരുന്നു. മറ്റൊരു ശബ്ദസൗന്ദര്യത്തിന്റെ ഉടമ.

എന്തിനുമേതിനും ഏറ്റവും മികച്ചവർ വേണമെന്ന് പത്മനാഭൻ നായർക്ക് നിർബ്ബന്ധമുണ്ടായിരുന്നു. അർപ്പണത്തിന്റെ ഉദാത്ത മാതൃക.

* * * * * *

മറ്റൊരു സംഗീത ശില്പത്തെക്കുറിച്ച് അയവിറക്കിയത് വിദ്യാഭ്യാസ പരിപാടി അവതരിപ്പിച്ചുകൊണ്ടിരിക്കുന്ന എ പ്രഭാകരനായിരുന്നു.

വിദ്യാഭ്യാസ പരിപാടിയുടെ നിർമ്മാതാവായി പയ്യന്നൂർ പ്രഭാകരൻ ആകാശവാണിയിലെത്തിയ കാലം. ചെറുപ്പത്തിലേ കലാപരിപാടികളിലൂടെ പരിചയമുള്ള പത്മനാഭൻ നായരെ കണ്ടപ്പോൾ സന്തോഷത്തേക്കാളേറെ ബഹുമാനമായിരുന്നു.

ഈയവസരത്തിൽ പത്മനാഭൻ നായർ എഴുതി തയ്യാറാക്കിയ *പഴശ്ശി രാജ* റേഡിയോ നാടകത്തിന്റെ മിനുക്കുപണിയിലായിരുന്നു. കായങ്കുളം സന്തോഷ്കുമാറാണ് പഴശ്ശിരാജാവായിട്ടഭിനയിച്ചിരിക്കുന്നത്. പഴശ്ശി വജ്ര മോതിരം വിഴുങ്ങി ആത്മഹത്യ ചെയ്യുന്ന രംഗം തന്റെ അഭിനയ മികവി ലൂടെ സന്തോഷ്കുമാർ ഗംഭീരമാക്കിയിരിക്കുകയാണ്. ഈ രംഗത്തിന് തീവ്രത കൂട്ടാൻ പത്മനാഭൻ നായർ കിണഞ്ഞു പരിശ്രമിക്കുകയാണ്. ഒടുവിലതിനുവേണ്ടി ഉപയോഗിച്ചത് വിചിത്ര വീണയായിരുന്നു. തന്ത്രിക ളുടെ പലവിധത്തിലുള്ള നാദം (സ്കെയിൽ) സമന്വയിപ്പിച്ച്, രംഗത്തിന് കൊഴുപ്പുകൂട്ടി. കാണാനെത്തിയ പ്രഭാകരനും അവസാനം സഹായിയായി.

പ്രഭാകരൻ മറ്റൊരോർമ്മ അയവിറക്കുന്നു. എന്തിനും പുതുമ വേണ മെന്നാഗ്രഹിക്കുന്ന പത്മനാഭൻ നായർ രണ്ടു മലകൾക്ക് ജീവനേകി ക്കൊണ്ട് ഒരു ചിത്രീകരണം മെനഞ്ഞെടുക്കുന്നു. ഇടുക്കി (Personification) അണക്കെട്ടിനെ ബന്ധിപ്പിക്കുന്ന കുറവൻ പാറയുടെയും കുറത്തി പ്പാറയുടെയും കഥയായിരുന്നു അത്. അതിനു വേണ്ടി നിർമ്മാതാവായ പത്മനാഭൻ നായരും ഗാനരചയിതാവായ കാവാലം നാരായണപ്പണിക്കരും നിലയത്തിലെ കംപോസറായ എം ജി രാധാകൃഷ്ണനും ഇടുക്കിയിൽ കുറച്ചുദിവസം ക്യാമ്പു ചെയ്താണ് സൃഷ്ടിച്ചെടുത്തത്. ജീവനുള്ള ഒരു കഥയുടെ ശബ്ദാവിഷ്കാരം സംഗീത ശില്പമായി.

'കുറവൻ പാറ കുറത്തിപ്പാറ'

ആകാശവാണിക്കു ഏറെ ഖ്യാതിയുണ്ടാക്കി.!

ചലച്ചിത്ര ഗാനങ്ങൾക്ക് പുതിയ ഭാവം പുതിയ രൂപം!

സിനിമയുടെ പേര് പറഞ്ഞ് ചലച്ചിത്രഗാനങ്ങൾ അവതരിപ്പിക്കുന്ന പഴഞ്ചൻ രീതിക്ക് ഒരു മാറ്റമുണ്ടാക്കിയത് പത്മനാഭൻ നായരായിരുന്നു. ചലച്ചിത്രഗാനങ്ങളെ പലവിധത്തിൽ തരം തിരിച്ച് ചെറിയ വർണ്ണനക ളോടെ പല പല തലക്കെട്ടിൽ അവതരിപ്പിക്കുന്ന നൂതന ശൈലി പത്മ നാഭൻ നായരുടെ ഭാവനയിൽ വിരിഞ്ഞതാണ്. റിലീസു ചെയ്യാത്ത സിനി മാപ്പാട്ടുകൾ കോർത്തിണക്കി അനുയോജ്യമായ നരേഷനിലൂടെ അവത രിപ്പിക്കുവാൻ രാത്രി 10 മണിക്ക് ഒരു സ്ലോട്ട് അല്ലെങ്കിൽ 'ചങ്ക് (CHUNK) പത്മനാഭൻ നായർ സൃഷ്ടിച്ചെടുത്തുവെന്നു മാത്രമല്ല മനോഹരമായ ഒരു പേരും കൊടുത്തു.

"മധുരിമ"

സംഗീതപ്രേമികൾ ഏറെ ഇഷ്ടപ്പെട്ടിരുന്ന ഒരു പരിപാടിയായിരുന്നു മധുരിമ.

ആകാശവാണിയെ ആകാശത്തോളമുയർത്തിയ മറ്റൊരു ചലച്ചിത്ര ഗാന പരിപാടിയായിരുന്നു

'രഞ്ജിനി'

ഞായറാഴ്ച ദിവസങ്ങളിൽ കേരളത്തിലെ ജനങ്ങൾ കാതോർത്ത ഒരു സംഗീതപരിപാടി രാത്രി 8 മണി മുതൽ 9 വരെ ഒരു മണിക്കൂർ സമയം യാതൊരുപരസ്യങ്ങളുമില്ലാതെ സിനിമാപ്പാട്ടുകൾ കേൾക്കാം.

"പഴയ വീഞ്ഞ് പുതിയ കുപ്പിയിൽ!"

ഇതായിരുന്നു പത്മനാഭൻ നായരുടെ ടെക്നിക്! ക്രിസ്തീയ കുടുംബങ്ങളിലെ സന്ധ്യാ പ്രാർത്ഥന വരെ രഞ്ജിനി കേൾക്കത്തക്കവിധം ക്രമീകരിച്ചുവെന്നതും വസ്തുതയായിരുന്നു.

രസം പിടിപ്പിക്കുന്ന, സന്തോഷിപ്പിക്കുന്ന എന്നൊരർത്ഥം കൂടി രഞ്ജിനിക്കുണ്ട്.

കർണ്ണാടക സംഗീത സാഹിത്യം ശുദ്ധമലയാളത്തിൽ!

കർണ്ണാടക സംഗീതാലാപനം ശ്രവ്യമധുരമാണ്. എന്നാൽ സാഹിത്യം ചേർത്ത് പാടുമ്പോൾ പൂർണ്ണമായും ആസ്വദിക്കുവാൻ സാധിക്കാറില്ല. കാരണം സാഹിത്യം തെലുങ്കിലോ സംസ്കൃതത്തിലോ ആയതുതന്നെ. ഈയൊരു കുറവു ഒരു പരിധിവരെ പരിഹരിക്കാൻ തുനിഞ്ഞതും പത്മനാഭൻ നായർ തന്നെ. കുട്ടമത്ത് കുന്നിയൂർ കുഞ്ഞികൃഷ്ണക്കുറുപ്പിന്റെയും കെ സി കേശവപിള്ളയുടെയും കവിതാശകലങ്ങൾ കർണ്ണാടക സംഗീതത്തിൽ സമന്വയിപ്പിച്ച് പാടിത്തുടങ്ങിയപ്പോൾ സ്വർണ്ണത്തിനു സുഗന്ധം പോലെയായി!

ആകാശവാണിക്ക് പുതിയൊരു തലപ്പാവുകൂടി!

സിനിമ ശബ്ദദൃശ്യ മാധ്യമമാണ്. റേഡിയോ ശബ്ദമാധ്യമവും

സിനിമ റേഡിയോയിലൂടെ എങ്ങനെ കാണിക്കാൻ സാധിക്കും?

പത്മനാഭൻ നായരുടെ ചിന്തകൾക്ക് ചൂടുപിടിച്ചു. ചൂടല്പം കൂടിപ്പോയെങ്കിലും ഉത്തരം കിട്ടിയെന്നതാണ് സത്യം.

ശബ്ദത്തിലൂടെ സിനിമയെ ജനഹൃദയങ്ങളിലെത്തിക്കുക. അതിന്റെ സാക്ഷാൽക്കാരമാണ് 'ചലച്ചിത്ര ശബ്ദരേഖ.'

ഒരു ചലച്ചിത്രം പൂർണ്ണമായും ശബ്ദവീചികളാക്കുകയെന്നത് ദുഷ്കരമായ ദൗത്യമായിരുന്നു. തമിഴിലൊരു പഴഞ്ചൊല്ലുണ്ട്.

'മനമിരുന്താൽ മാർഗ്ഗമുണ്ട്.' അതെ മനസ്സുണ്ടെങ്കിൽ എന്തിനും വഴിയുണ്ട്. ആദ്യത്തെ വഴി നിർമ്മാതാക്കളുടെ രേഖാമൂലമുള്ള അനുവാദമായിരുന്നു. പത്മനാഭൻ നായർ ആദ്യമത് സംഘടിപ്പിച്ചു. ഒരു വർഷം തിയേറ്ററുകളിൽ ഓടിക്കഴിഞ്ഞ സിനിമകളുടെ സൗണ്ട് ട്രാക്ക് പകർത്താമെന്നതായിരുന്നു ആദ്യത്തെ നിബന്ധന. തെറ്റില്ലാത്ത പ്രതിഫലവും. എന്നാൽ റിക്കോർഡിങ് പട്ടണങ്ങളിലെ തിയേറ്ററുകളിൽ അനുവദിക്കില്ല. ഗ്രാമങ്ങളിലെ ബി അല്ലെങ്കിൽ സി തിയേറ്ററുകളിൽ പോയി കോപ്പി ചെയ്യണം.

ഔദ്യോഗിക ജോലികൾ പൂർത്തിയായപ്പോൾ പത്മനാഭൻ നായരും

സംഘവും ഗ്രാമങ്ങളിലെ കൊട്ടകകളിലെത്തി സിനിമ റീലുകളായി റിക്കോർഡു ചെയ്തു. 14 റീലുകളിലുള്ള ഒരു സിനിമ (രണ്ടര മണിക്കൂർ) ഒരു മണിക്കൂറായി ക്രോഡീകരിക്കേണ്ട മറ്റൊരു ദുഷ്കരമായ ദൗത്യം കൂടിയുണ്ട്.

അതിന് സിനിമയുടെ സ്ക്രിപ്റ്റ് സംഘടിപ്പിച്ച് കഥാബീജം ചോർന്നു പോകാതെ, അത്യാവശ്യം വിവരണങ്ങളോടെ എഡിറ്റ് ചെയ്യണം.

കഠിനാദ്ധ്വാനത്തോടെ പത്മനാഭൻ നായർ ഇതും സാദ്ധ്യമാക്കുകയും 'ചലച്ചിത്ര ശബ്ദരേഖ'യുടെ പ്രക്ഷേപണം തുടങ്ങുകയും ചെയ്തു. അഭൂത പൂർവ്വമായ പ്രതികരണമാണ് ശ്രോതാക്കളിൽനിന്നും ലഭിച്ചത്.

സിനിമാ കൊട്ടകയിൽ പോകാൻ സാധിക്കാത്തവർക്ക് വീട്ടിലിരുന്നു സിനിമ കേൾക്കാം. പ്രക്ഷേപണത്തിന്റെ അനന്തസാദ്ധ്യതയുടെ പുതിയൊരു വാതായനമാണ് പത്മനാഭൻ നായർ തുറന്നത്.

നാടകവാരം

ഒരു പുതിയ റേഡിയോ നാടക സംസ്കാരത്തിന് തുടക്കംകുറിച്ചത് കെ പത്മനാഭൻ നായരായിരുന്നു. ഒരു വാരം നീണ്ടു നില്ക്കുന്ന നാടകോത്സവമായിരുന്നു അത്. സുദീർഘ നാടകങ്ങൾ കേൾക്കാൻ കുടുംബാംഗങ്ങൾ റേഡിയോയുടെ മുന്നിൽ കാതോർത്തു നില്ക്കുന്ന കാലം. കഥാപാത്രങ്ങൾക്കു ശബ്ദം നല്കുന്ന നടീനടന്മാർ 'റേഡിയോ താര'ങ്ങളായി. പത്മനാഭൻ നായർ ഏറെ ഇഷ്ടപ്പെടുകയും ബഹുമാനിക്കുകയും ചെയ്തിരുന്ന ഒത്തിരി റേഡിയോ ശബ്ദതാരങ്ങളുണ്ടായിരുന്നു. അവരിൽ ചിലരെയിവിടെ അനുസ്മരിക്കുന്നു.

ടി പി രാധാമണി

എസ് രാമൻകുട്ടി നായർ, മടവൂർ ഭാസി, ടി പി രാധാമണി, കുണ്ടറ ഭാസി, സി എസ് രാധാദേവി, കായംകുളം സന്തോഷ് കുമാർ, ഗോപിനാഥ് പനങ്ങാട്, ജി കെ പിള്ള, ആറന്മുള പൊന്നമ്മ, മാവേലിക്കര പൊന്നമ്മ, മാർത്താണ്ഡം സോമൻ നായർ.

തിരുവനന്തപുരം ആകാശവാണി സാധാരണക്കാരുടെ 'റേഡിയോ പ്പെട്ടി' ആയതിന്റെ പിന്നിൽ ഒരു പാട് പ്രതിഭാശാലികളുടെ ബുദ്ധിയും ചിന്തയും കഠി

നാദധ്വാനവുമുണ്ടായിരുന്നു

സീനിയർ പ്രൊഡ്യൂസറുമാരായ കൈനിക്കര കുമാരപിള്ള, നാഗവള്ളി ആർ എസ് കുറുപ്പ്, ടി എൻ ഗോപിനാഥൻ നായർ, കഥാപ്രസംഗ കുല പതി ജോസഫ് കൈമാപ്പറമ്പൻ, സ്ത്രീകളുടെ പരിപാടിയവതരിപ്പിച്ചിരുന്ന സരസ്വതിയമ്മ, ഹാസ്യകഥാകാരായ ജഗതി എൻ കെ ആചാരി, ശ്യാമളാ ലയം കൃഷ്ണൻ നായർ, നോവലിസ്റ്റുകളായ ജി വിവേകാനന്ദൻ, കെ ജി സേതുനാഥ്, ശബ്ദതാരങ്ങളായ ഇന്ദിരാ ജോസഫ്, പത്മരാജൻ, വേണു നാഗവള്ളി, നിലയത്തിന്റെ ഡയറക്ടർമാരായ ജി പി എസ് നായർ ഇ എം ജോസഫ് വെണ്ണിയൂർ, വി കൃഷ്ണമൂർത്തി, എം എസ് ഗോപാലൻ സുബ്രഹ്മണ്യൻ.

എന്നാൽ ആകാശവാണിക്കുവേണ്ടി അവസാന ശ്വാസംവരെ നല്കിയ കെ പത്മനാഭൻ നായർ വേറിട്ട കാഴ്ചപ്പാടുകളുണ്ടായിരുന്ന ഒരു കലാകാരനായിരുന്നു.

6 വർഷത്തെ പിരിച്ചുവിടലും 20 വർഷത്തെ സേവനവുംകൊണ്ട് പത്മ നാഭൻ നായർക്ക് വലിയ ധനനഷ്ടമാണുണ്ടായത്.

വാർദ്ധക്യനാളുകളിൽ ജീവിക്കാനുതകുന്ന വലിയൊരു തുകയായി രുന്നു അത്!

റേഡിയോക്കുവേണ്ടി തന്റെ ജീവിതം തന്നെ ഹോമിച്ച കെ പത്മനാ ഭൻ നായർ, ഒരു വാടക കലാകാരന്റെ വേഷത്തിൽ പെൻഷൻ പോലുമി ല്ലാതെ, വിങ്ങുന്ന ഹൃദയഭാരത്തോടെയാണ് ഭക്തിവിലാസം കൊട്ടാര ത്തിൽ നിന്നും കുചേലനെപ്പോലെ പടിയിറങ്ങിയത്.

പത്മനാഭൻ നായരും ഞാനും
(ലേഖകന്റെ ഓർമ്മക്കുറിപ്പ്)

കെ പത്മനാഭൻ നായരെ ഞാനെന്നാണ് ആദ്യമായി കണ്ടുമുട്ടിയതെന്ന് എനിക്ക് വ്യക്തമായി ഓർമ്മയുണ്ട്.

1967 ലെ ഒരു ആഗസ്ത് മാസത്തിലായിരുന്നു അത്. അതേവർഷം മേയ്മാസത്തിൽ സിനിമയിൽ പാട്ടുപാടാനായി മദിരാശിയിൽ ഞാൻ കുടിയേറ്റം നടത്തിയ വർഷം കൂടിയായിരുന്നു അത്. മലയാളികളേറെ തിങ്ങിപ്പാർക്കുന്ന ചെട്ട്പെട്ടിൽ സുഹൃത്തും ചിത്രകാരനുമായ ജോണിന്റെ കൂടെയാണ് താമസം.

ചാൻസു തേടിയുള്ള 'പകൽ തെണ്ടൽ' കഴിഞ്ഞാൽ വങ്കക്കടലിന്റെ ശീതളക്കാറ്റേല്ക്കാൻ ചെട്ട്പെട്ടിന്റെ പ്രാന്തപ്രദേശങ്ങളിൽ ചിത്രകാരന്റെ കൈപിടിച്ചു പാട്ടുകാരൻ സായാഹ്നസവാരിക്കിറങ്ങുക പതിവായിരുന്നു. വാകമരപ്പൂക്കൾ സ്വർണ്ണ നിറം പൂശുന്ന ഹാരിങ്ടൺ റോഡിലൂടെ നടന്നു നടന്നു സ്‌ലർടാങ്ക് റോഡിനറ്റം വരെയെത്തും. റോഡിനരികിൽ ഒഴുക്കു നിലച്ച കൂവം നദിയുണ്ട്. ഒരു കാലത്ത് സായ്പുകാർ കുടുംബസമേതം ബോട്ടുയാത്ര നടത്തിയിരുന്ന തോട്! പിന്നീടിത് ചേറ് നിറഞ്ഞ ചേത്ത്പെട്ടായി. സായ്പത് ചെട്ട്പെട്ടാക്കി. റോഡുകൾക്കും സുന്ദരമായ പേരും സായ്പ് നല്കി. ഹാരിങ്ടൺ സ്‌ലർടാങ്ക്!

അന്നത്തെ സവാരി ഞങ്ങളറിയാതെ പൂനമല്ലി റോഡുവരെയെത്തിച്ചു. അപ്പോഴാണ് മദിരാശിയെക്കുറിച്ച് മുൻപരിചയമുള്ള ചിത്രകാരൻ പുതിയൊരറിവിന്റെ ചിത്രം എന്റെ മനസ്സിൽ വരച്ചത്. "ഈ വഴിയിലാണ് മദിരാശി കേരള സമാജം സ്ഥിതി ചെയ്യുന്നത്. ഒന്നു രണ്ടു പ്രാവശ്യം ഞാൻ പോയിട്ടുണ്ട്." എന്റെ മനസ്സിലൊരു മോഹം!

"നമുക്കൊന്നു പോയാലോ?"

ഞങ്ങൾ സമാജം മതിൽക്കെട്ടിനുള്ളിലേക്ക് പ്രവേശിക്കുന്നു.

സാമാന്യം ഭേദപ്പെട്ട മൂന്നു നില കെട്ടിടമായിരുന്നു അത്.

മുൻവശത്ത് കെട്ടിടത്തിനു താഴെ മാർബിൾ കല്ലിൽ എഴുതിയിരിക്കുന്നത് വായിച്ചു.

Founder Secretary
K Padmanabhan Nair

ആരാണിതെന്നു ജോണിന് ഒരു പിടിയുമില്ല.

ആരോ ഒരാൾ.

വരച്ചുതീർക്കാത്ത ഒരു ചിത്രം പോലെയത് മനസ്സിൽ സൂക്ഷിച്ചുകൊണ്ട് വരാന്തയിലേക്ക് കയറി. അവിടെ നില്ക്കുന്ന ഒന്നു രണ്ടുപേർ ഞങ്ങളെ നോക്കി ചിരിച്ചു. മറുനാടൻ മലയാളി സ്നേഹം! ഇടതും വലതുമുള്ള മുറികളിൽ ഒന്ന് ഓഫീസാണെന്നു മനസ്സിലായി. വരാന്തയിലെ മതിലിൽ നീണ്ട ഒരു തേക്ക് മരപ്പലകയുടെ ബോർഡ് തൂക്കിയിട്ടിരിക്കുന്നു. ആജീവനാന്ത അംഗങ്ങളുടെ പേരുകൾ വളരെ വിശദമായിട്ടെഴുതിയിട്ടുണ്ട്. ഒന്നോടിച്ചു വായിക്കുകയും ചെയ്തു.

വരാന്ത കടന്നപ്പോഴാണ് മറ്റൊരു കാര്യം കൂടി മനസ്സിലായത്. സമാജം ഓഡിറ്റോറിയത്തിന്റെ പൂമുഖമായിരുന്നു അത്. വാതായനം കടന്നപ്പോൾ മനോഹരമായ ഒരു ഓഡിറ്റോറിയം. സ്റ്റേജിൽ ഒരു നാടകത്തിന്റെ റിഹേഴ്സൽ തകൃതിയായി നടക്കുന്നുണ്ട്. നടക്കാനല്പം ബുദ്ധിമുട്ടുള്ള ഒരു മനുഷ്യൻ നടീനടന്മാർക്ക് നിർദ്ദേശങ്ങൾ കൊടുക്കുന്നുണ്ട്. അഭിനയത്തിൽ തൃപ്തിവരാതെ ചിലപ്പോൾ ദേഷ്യപ്പെടുന്നു. ശകാരിക്കുന്നു. അഭിനയിച്ചു കാണിച്ചുകൊടുക്കുന്നു.

ഞാൻ പാടിയിട്ടുള്ള നാടക ക്യാമ്പുകളിൽ പി ജെ ആന്റണിയും ഒ മാധവനും ഇതുപോലെ രോഷാകുലരാകുന്നത് ഞാൻ കണ്ടിട്ടുണ്ട്. ഞാനും ജോണും ഓഡിറ്റോറിയത്തിന്റെ മദ്ധ്യത്തിലായി ചെന്നിരുന്ന് റിഹേഴ്സൽ ആസ്വദിക്കുകയായിരുന്നു. ഒരു പ്രൊഫഷണൽ നാടകക്യാമ്പിന്റെ അടുക്കും ചിട്ടയും എനിക്കവിടെ കാണുവാൻ സാധിച്ചു. അടുത്തിരുന്ന ഒരു മാന്യനോട് സംസാരിച്ചപ്പോഴാണ് കാര്യങ്ങൾ വ്യക്തമായി മനസ്സിലായത്.

കെ പത്മനാഭൻ നായർ എഴുതിയ ഒരു നാടകത്തിന്റെ റിഹേഴ്സലായിരുന്നു. സംവിധാനം ചെയ്യുന്നത് നാടകകൃത്തുതന്നെയായ പത്മനാഭൻ നായരും.

കെ പത്മനാഭൻ നായരെ ഞാനാദ്യമായി കാണുന്നത് അന്നാണ്.

ചെട്ട്പെട്ടിലേക്ക് മടങ്ങുമ്പോൾ ജോൺ എന്തൊക്കെയോ തമാശകൾ പറയുന്നുണ്ടായിരുന്നുവെങ്കിലും മനസ്സിന്റെ ചായക്കൂട്ടിൽ നിറഞ്ഞുനിന്നിരുന്നത് കേരള സമാജത്തിന്റെ സ്ഥാപകസെക്രട്ടറിയും നാടകകൃത്തുമായ കെ പത്മനാഭൻ നായരായിരുന്നു!

* * * * * *

1967 ൽനിന്ന് കലണ്ടറിന്റെ താളുകൾ കാലം മറിച്ചിട്ടപ്പോൾ 1970 ലെത്തിയതും പാടാനെത്തിയ ഞാൻ പ്രക്ഷേപകനായതും തികച്ചും

യാദൃച്ഛികം. എന്റെ ജീവിതമാകുന്ന 'ചായക്കൂട്ടിൽ' കറുപ്പും വെളുപ്പുമല്ലാത്ത പലനിറങ്ങളും ഒത്തുകൂടി. അതിലൊന്നായിരുന്നു ഞാനും ലതയുമായിട്ടുള്ള അടുപ്പം. അത് വെറുമൊരു പൈങ്കിളി പ്രേമമായിരുന്നില്ല. ലക്ഷ്യബോധമുള്ള ഒരു കൂട്ടായ്മ കൂടിയായിരുന്നു. മൂന്നു വർഷത്തിനുള്ളിൽ ആ ബന്ധം മുറുകിയപ്പോൾ 1974 ജനുവരിയിൽ വിവാഹത്തിൽ കലാശിച്ചു. മാതാപിതാക്കളായ കെ പത്മനാഭൻ നായരുടെയും ശാന്താ പി നായരുടെയും ശക്തമായ പ്രതിഷേധങ്ങൾക്കിടയിലായിരുന്നു കല്യാണം. ഞാൻ പ്രവർത്തിച്ചിരുന്ന ക്രിസ്റ്റ്യൻ ആർട്ട്സെന്ന സ്ഥാപനത്തിന്റെയും തലവനായ റവ. സുവിയുടെയും ശക്തമായ പിന്തുണയോടെയായിരുന്നു വിവാഹം.

കെ പത്മനാഭൻ നായരും കുടുംബവും

ജാതിയും മതവും ആഭിജാത്യവും മറികടന്നുള്ള കല്യാണത്തോടായിരുന്നു അമ്മയുടെ എതിർപ്പെങ്കിൽ മകളുടെ വിദ്യാഭ്യാസം തടസ്സപ്പെടുന്നതിലുള്ള എതിർപ്പായിരുന്നു അച്ഛനായ പത്മനാഭൻ നായർക്ക്. ഞങ്ങളുടെ കല്യാണവേളയിൽ ലത പ്രസിഡൻസി കോളേജിൽ ഫൈനൽ ബി എ വിദ്യാർത്ഥിനിയായിരുന്നു.

വിവാഹാനന്തരം ലത ക്ലാസോടെ പാസായപ്പോൾ പത്മനാഭൻ നായരുടെ പരിഭവവും പിണക്കവും മാറുന്നു. ഒരു വർഷം കഴിഞ്ഞ് ലതയ്ക്ക്

ഒരു കുഞ്ഞു പിറന്നപ്പോൾ അമ്മയുടെ വിഷമവും പമ്പ കടക്കുന്നു. സാധാരണ നടക്കുന്ന പ്രേമവിവാഹത്തിന്റെ ക്ലൈമാക്സ് തന്നെ!

*　　*　　*　　*　　*　　*

കാലം മാറിയപ്പോൾ എന്റെയും ലതയുടെയും കോലവും മാറുന്നു. സന്തുഷ്ടമായ കുടുംബത്തിന്റെ ആനന്ദഭൈരവി. കൊച്ചുമകളെ കാണാൻ അമ്മ, പാഞ്ഞെത്തുന്നു. "അപ്പം വേണം അടവേണം" ആർക്കോ വേണ്ടി പാടിയ തന്റെ സിനിമാപാട്ട് ജീവിതത്തിന്റെ പുതിയ നിറക്കൂട്ടിൽ ശ്രുതി മധുരിമയോടെ പാടുന്നു. ദിവസങ്ങൾ ഭൂപാളരാഗമിട്ടുകൊണ്ട് കിഴക്ക് ഉദിച്ചുകൊണ്ടിരുന്ന ഭാസ്കരനെപ്പോലെയായിരുന്നു ആ ഭാസ്കര ഗാനം!

തമിഴിന്റെ മണ്ണിൽ മകൾക്ക് മലയാളപീയൂഷമൂട്ടിയ പത്മനാഭൻ നായരുടെ ഏറ്റവും വലിയ ആഗ്രഹം മകൾ പഠിച്ചു മിടുക്കിയാകണമെന്നായിരുന്നു. അതും ഇംഗ്ലീഷ് സാഹിത്യത്തിൽ. അത് ലത സാദ്ധ്യമാക്കുകയും ചെയ്തു. മകൾ തന്റെ പിന്തുടർച്ചക്കാരിയായി ആകാശവാണിയിൽത്തന്നെ ഒരുന്നത പദവിയിലെത്തണമെന്ന വാശിയും പത്മനാഭൻ നായർക്കുണ്ടായിരുന്നു. അതും സഫലമായി.

1980 ഒക്ടോബർ 16 ന് (എന്റെ ജന്മദിനത്തിൽ) ലത മദിരാശി ആകാശവാണിയിൽ പ്രോഗ്രാം എക്സിക്യൂട്ടീവായി ചുമതലയേല്ക്കുന്നു.

ക്രിസ്റ്റ്യനാർട്സിൽ പ്രക്ഷേപകനായിരുന്ന ഞാനും ആകാശവാണിക്കാരായ ലതയും കെ പത്മനാഭൻ നായരും ശാന്താ പി നായരും സഹോദരി ഇന്ദിരാജോസഫും, ഇ എം ജെ വെണ്ണിയൂരും മകൻ സജൻ വെണ്ണിയൂരും ഒത്തുചേർന്നപ്പോൾ ഞങ്ങളുടേത് വലിയൊരു 'റേഡിയോ കുടുംബവുമായി!'

ലതയുമായിട്ടുള്ള വിവാഹത്തിനുശേഷമാണ് പത്മനാഭൻ നായരെക്കുറിച്ച് എനിക്ക് കൂടുതലറിയാൻ സാധിച്ചത്. അപ്പോൾ മാത്രമാണ് അദ്ദേഹത്തിന്റെ സിനിമാ സംഭാവനകളെക്കുറിച്ചുമറിഞ്ഞത്. ഇദ്ദേഹം സംവിധാനം ചെയ്ത *ദേവത* സിനിമയുടെ ഷൂട്ടിങ് എറണാകുളം മാർക്കറ്റ് പരിസരത്ത് നടന്നപ്പോൾ അത് ഞാൻ കാണാനിടയായിട്ടുണ്ട്. ഇദ്ദേഹമെഴുതിയ 'പാവുമുണ്ട്' തുടർക്കഥ *കുങ്കുമം* വാരികയിൽ വായിച്ചതോർമ്മയുണ്ട്. ഇത്രയും പ്രതിഭാശാലിയായ ഒരാളാണ് തന്റെ ഭാര്യാപിതാവെന്നറിഞ്ഞപ്പോൾ അദ്ദേഹത്തോടുള്ള ആദരവും ബഹുമാനവും സ്വാഭാവികമായും വർദ്ധിക്കുകയായിരുന്നു.

പത്മനാഭൻ നായർക്ക് മദിരാശിയുടെ പ്രാന്തപ്രദേശമായ അശോക് നഗറിൽ സ്വന്തമായിട്ടൊരു വീടുണ്ടായിരുന്നു. "അക്ഷരങ്ങൾ നല്കിയ സമ്മാനം!" പത്മനാഭൻ നായരെഴുതിയ *പഴശ്ശി രാജാ* കേരള സർക്കാർ പത്താംക്ലാസിലെ നോൺഡിറ്റെയിലാക്കിയപ്പോൾ (മലയാളം സെക്കന്റ് പേപ്പർ) പ്രതിഫലമായി കിട്ടിയത് 25000 രൂപയായിരുന്നു. അറുപത് കാലഘട്ടങ്ങളിൽ ഭീമമായൊരു തുകയായിരുന്നു അത്. ഈ പണത്തിന് ഫലപ്ര

ദമായ എന്തെങ്കിലുമൊന്നു ചെയ്യണമെന്ന ചിന്തയിൽ അവസാനം ചെന്നെത്തിയത് ഒരു വീട് വാങ്ങലായിരുന്നു. തമിഴ്നാട്ടിൽ ഹൗസിങ് ബോർഡ് തുടങ്ങിയ സമയം. മദിരാശിയുടെ പടിഞ്ഞാറെ അതിർത്തിയിൽ പുലിയൂർ ഗ്രാമത്തിലെ ഒരു കൃഷിയിടം വെട്ടിത്തെളിച്ചുണ്ടാക്കിയ അശോക് നഗറായിരുന്നു ആദ്യത്തെ സംരംഭം. അന്നത്തെ ബോർഡ് ഡയറക്ടറായിരുന്ന ഒരു നായർ അശോക് നഗറിന്റെ ഹൃദയഭാഗമായ പത്താം അവന്യുവിൽ 12-ാം നമ്പർ പ്ലോട്ടും വീടും പത്മനാഭൻ നായർക്ക് അനുവദിച്ചു. തുച്ഛമായ ഒരു തുക മാസം തോറും പത്തുവർഷത്തേക്കു അടച്ചാൽ 16 സെന്റ് ഭൂമിയും ഇരുനിലക്കെട്ടിടവും സ്വന്തം.

അശോക് നഗർ വീട്ടിൽ വാടകയ്ക്ക് ആദ്യം താമസിക്കാനെത്തിയത് പത്മനാഭൻ നായരുടെ സുഹൃത്തും ചലച്ചിത്ര നിർമ്മാതാവുമായ ഡി എം പൊറ്റെക്കാടായിരുന്നു. (*രമണൻ*) രണ്ടാമത്തെ സിനിമയായ ചങ്ങമ്പുഴയുടെ *കളിത്തോഴി* പൂർത്തിയാക്കുന്നതുവരെ പൊറ്റെക്കാട് ഈ വീട്ടിൽത്തന്നെ താമസിച്ചിരുന്നു. തുടർന്ന് രോഗബാധിതനായതും മരിച്ചതുവരെ ഈ വീട്ടിൽത്തന്നെ. ഏതായാലും ഒറ്റപ്പൈസാപോലും വാടകയിനത്തിൽ പത്മനാഭൻ നായർക്ക് കിട്ടിയതുമില്ല. രണ്ടാമതായി താമസിക്കാനെത്തിയത് *തുലാഭാരം* സിനിമ നിർമ്മിച്ച ഹരിപോത്തനും കൂട്ടരുമായിരുന്നു. ഇവരുടെ കൈയിൽനിന്നും വാടക കിട്ടിയതായിട്ടറിവില്ല. തിരുവനന്തപുരത്ത് താമസിച്ചിരുന്ന പത്മനാഭൻ നായർക്ക് വാടക മേടിക്കാനുള്ള മിടുക്കോ സാമർത്ഥ്യമോ സമയമോ ഉണ്ടായതുമില്ല. മൂന്നാമതായി താമസത്തിനെത്തിയത് ആന്ധ്രാസ്വദേശികളായ ഒരമ്മയും മകളുമായിരുന്നു. ഞാനും ലതയുമായിട്ടുള്ള വിവാഹത്തിനുശേഷം പത്മനാഭൻ നായരുമായി അടുക്കുകയായിരുന്നു. അത് മരുമകനും ഭാര്യാപിതാവുമായിട്ടുള്ള ഒരടുപ്പമായിരുന്നില്ല. അതിലുപരി രണ്ടു കലാഹൃദയങ്ങളുടെ സമ്മേളനമായിരുന്നു. രണ്ടുപേരും റേഡിയോ പ്രക്ഷേപകർ. പ്രക്ഷേപണകലയുടെ അനന്തസാദ്ധ്യതകളും മലയാള ഭാഷയുടെ ആധുനികപ്രയോഗങ്ങളും കൂടുതലായി മനസ്സിലാക്കിയതും പത്മമനാഭൻ നായരിൽ നിന്നുതന്നെ. അതിൽ അദ്ദേഹത്തിന്റെ റേഡിയോ നാടകങ്ങളെക്കുറിച്ചും നോവലുകളെക്കുറിച്ചുമുള്ള പരാമർശങ്ങളുമുണ്ടായിരുന്നു.

എന്റെ തിരുവനന്തപുരം സന്ദർശനവേളകളിലാണ് പത്മനാഭൻ നായർ പലപ്പോഴും മനസ്സുതുറക്കാറുള്ളത്. അതെല്ലാം തന്റെ മദിരാശിക്കഥകളുമായിരിക്കും. മദിരാശിക്കാരനായി മാറിയ ഞാൻ എല്ലാം കൗതുകത്തോടെ കേട്ടുകൊണ്ടിരിക്കും. മദിരാശിയിലെത്തിയതു മുതൽ ഒരു മലയാളി കൂട്ടായ്മയ്ക്കുവേണ്ടി സഹിച്ച യാതനകളും വേദനകളും പത്മനാഭൻ നായരുടെ നിറം പിടിപ്പിക്കാത്ത ഓർമ്മകളായിരുന്നു. അവസാനം 1939 ൽ റോയപ്പേട്ടയിലെ ഒരിടുങ്ങിയ മുറിയിൽ 'കേരള സമാജ'മെന്ന പേരിൽ ഒരു സംഘടനയുണ്ടാക്കാൻ കഴിഞ്ഞതിന്റെ ചാരിതാർത്ഥ്യം പിന്നീട് സമാ

ജത്തിനുവേണ്ടി ചെൽപോക്കിൽ ഒരു പിടി മണ്ണ് വാങ്ങാനും അതിലൊരു കെട്ടിടം പണിയാനുമുണ്ടായ ഭഗീരഥ പ്രയത്നത്തിന്റെ കഥയും വാതോരാതെ സംസാരിക്കുമായിരുന്നു. എന്നിൽ കൗതുകമുണർത്തിയ വാർത്ത മറ്റൊന്നായിരുന്നു.

തമിഴകത്തിന്റെ രോമാഞ്ചമായ സിനിമാതാരം സാക്ഷാൽ എം ജി രാമചന്ദ്രൻ സമാജം കെട്ടിട ഫണ്ടിലേക്ക് പതിനായിരം സംഭാവന ചെയ്തതായിരുന്നു. ഭീമമായ ഈ തുക കൊടുത്തിട്ട് എം ജി ആറിന്റെ ഒരുപദേശവും.

“ഇതിന് വലിയ പബ്ലിസിറ്റിയെന്നും കൊടുക്കരുത്. ഞാൻ സിനിമാനടൻ മാത്രമല്ല, ഒരു രാഷ്ട്രീയപ്രവർത്തകൻ കൂടിയാണ്. ഇത്രയും വലിയൊരു തുക മലയാളി സംഘടനയ്ക്കു വേണ്ടി നല്കിയെന്നറിഞ്ഞാൽ പാർട്ടിയിൽ ചിലപ്പോൾ വിമർശനമുണ്ടാകാൻ സാദ്ധ്യതയുണ്ട്.” പാലക്കാട്ടുകാരൻ ഗോപാല മേനോന്റെ മകനായ എം ജി ആറിന് മലയാളികളോടുള്ള അളവറ്റ സ്നേഹം അന്നേ പ്രകടമായിരുന്നു.

ആർ എം മാണിക്കത്ത്, പി ഭാസ്കരൻ തുടങ്ങിയ ഏതാനും സാഹിത്യ സുഹൃത്തുക്കളുമൊത്ത് പത്മനാഭൻ നായർ തുടങ്ങിയ *ജയകേരളം* വാരികയും ജനതാപ്രിന്റിങ് പ്രസും പ്രസിദ്ധീകരണ രംഗത്ത് കോളിളക്കം സൃഷ്ടിച്ചു. പമ്മൻ, എം ടി വാസുദേവൻ നായർ തുടങ്ങിയവർ എഴുത്തിൽ അരങ്ങേറ്റംകുറിച്ചത് *ജയകേരളം* വാരികയിലൂടെയായിരുന്നു. മദിരാശിയിലെ അന്നത്തെ പ്രധാന കോൺട്രാക്ടറും എഞ്ചിനീയറുമായ എ കെ ഗോപാലൻ പത്മനാഭൻ നായരുടെ സുഹൃത്തായിരുന്നു. മദിരാശി മലയാളികളുടെ ഇതേ എ കെ ജിയായിരുന്നു കേരള സമാജത്തിന്റെ, ആദ്യകാല കെട്ടിടം സൗജന്യമായി പണിതുകൊടുത്തതും.

മകൾ മലയാളം പഠിക്കണമെന്ന നിഷ്കർഷയുണ്ടായിരുന്ന പത്മനാഭൻ നായർ ലതയെ മുറിയിലടച്ചിട്ടാണ് മലയാളം പഠിപ്പിച്ചിരുന്നത്. അതുകൊണ്ടുതന്നെ മലയാളം രണ്ടാം ഭാഷയായിട്ടുണ്ടായിരുന്ന സ്കൂളുകളിലും കോളേജുകളിലുമാണ് ലത പഠിച്ചതും. പഠിത്തം കഴിഞ്ഞാൽ ഓൾ ഇന്ത്യാ റേഡിയോയിൽത്തന്നെ ഒരുദ്യോഗസ്ഥയായി കാണാനും പത്മനാഭൻ നായർ ആഗ്രഹിച്ചിരുന്നു. 1979 ലാണ് ആകാശവാണിയുടെ യു പി എസ് സെലക്ഷനു വേണ്ടി ലതയേയും കൂട്ടി പത്മനാഭൻ നായർ ഡൽഹിക്കു പോയത്. തന്റെ മുൻപരിചയവും സ്വാധീനവും ലതയുടെ വിദ്യാഭ്യാസ യോഗ്യതയും ഇതര കഴിവുകളുടെ മാനദണ്ഡത്തിലുമാണ് ലതയ്ക്ക് 1980 ൽ മദിരാശി ആകാശവാണിയിൽ ജോലി ലഭിക്കുന്നത്. മദിരാശി മലയാളികളുടെ കൂട്ടായ്മയായ കേരള സമാജവും പാവപ്പെട്ട കുട്ടികൾക്കു വേണ്ടിയുള്ള കേരള വിദ്യാലയവും രൂപപ്പെടുത്തിക്കഴിഞ്ഞപ്പോൾ, സംഘടനാ വൈഭവമുള്ള പത്മനാഭൻ നായരുടെ മനസ്സിൽ മറ്റൊരാശയമുദിക്കുന്നു. എന്തുകൊണ്ട് മലയാള ചലച്ചിത്രവേദിക്ക് ഒരു സംഘടനയുണ്ടാക്കിക്കൂടാ?

സിനിമാ സുഹൃത്തുക്കളായ രാമുകാര്യാട്ട്, പി ഭാസ്കരൻ, ടി ഇ വാസുദേവൻ, എം ഒ ജോസഫ്, ആർ എസ് പ്രഭു എന്നിവരുമായി തന്റെ മനസ്സിലുദിച്ച ആശയം പങ്കിടുന്നു. എല്ലാവരും സ്വാഗതം ചെയ്യുന്നു. സിനിമാ നടന്മാരായ പ്രേംനസീർ, സത്യൻ, പ്രേംനവാസ്, മുത്തയ്യ, ബഹദൂർ, കെ പി ഉമ്മർ, ടി കെ ബാലചന്ദ്രൻ തുടങ്ങിയ താരങ്ങളും പിന്താങ്ങുന്നു. ഒട്ടും താമസിക്കാതെ പത്മനാഭൻ നായർ അതിന്റെ പ്രവർത്തനങ്ങളാരംഭിക്കുന്നു. ടി നഗറിൽ കുറച്ചു സ്ഥലം വാങ്ങുന്നു. തല്ക്കാലത്തേക്ക് ഒരോലഷെഡ്ഡ് നിർമ്മിക്കുന്നു. 1966 ൽ മലയാള 'ചലച്ചിത്രപരിഷത്ത്,' പിറവിയെടുക്കുന്നു. ഇന്ന് ഓലഷെഡ്ഡിനു പകരം പ്രേംനസീറിന്റെ പേരിലറിയപ്പെടുന്ന നല്ലൊരു കെട്ടിടമായി പരിലസിക്കുന്നു. ഈ കഥയും വിശദമായി എന്നോടു പറഞ്ഞിട്ടുണ്ട്. അച്ഛൻതന്നെ.

കേന്ദ്ര സർക്കാരിന്റെ ക്രൂരമായ പിരിച്ചുവിടലിനുശേഷം പത്മനാഭൻ നായർ പിന്നീട് ജോലിയിൽ പ്രവേശിക്കുന്നത് തിരുവനന്തപുരം ആകാശവാണിയിലാണ്. താമസം വഴുതക്കാട്ടുള്ള ബോംബെ ഫ്ളാറ്റ്സിലും. എന്റെയും ലതയുടെയും വിവാഹത്തിനുശേഷം, ശാന്താ പി നായരും മദിരാശി ആകാശവാണിയിൽനിന്നും തിരുവനന്തപുരം ആകാശവാണിയിലെത്തുന്നു.

ബോംബെ ഫ്ളാറ്റ്സിലെ താമസത്തിനിടയിലാണ് പത്മനാഭൻ നായർ ഏറ്റവും കൂടുതൽ മനസ്സു തുറന്നിട്ടുള്ളത്. അശോക് നഗർ ഭവനം ഞങ്ങളെ ഏല്പിക്കുന്നതും ഈയവസരത്തിൽത്തന്നെ. ഇതേ കാലയളവിൽ അശോക് നഗർ വീടാകെ താറുമാറായിക്കഴിഞ്ഞിരുന്നു. ആന്ധ്രാ കുടുംബവും കൃത്യമായി വാടക തന്നിരുന്നില്ല. അവസാനം അച്ഛൻ അശോക് നഗർഭവനം ഞങ്ങളെ ഏല്പിക്കുന്നു. അതിനുശേഷം വാടകപിരിക്കലും ഹൗസിങ് ബോർഡിന് മാസാമാസം പണമടയ്ക്കേണ്ട ഉത്തരവാദിത്വവും എനിക്കായി.

വാടകപിരിക്കാനായി ചെന്ന എന്റെ ആദ്യ സന്ദർശനത്തിൽ അമിതസ്നേഹത്തിൽ പൊതിഞ്ഞ സ്വീകരണവും അമ്മയുടെയും മകളുടെയും കുഴഞ്ഞാട്ടവും എന്നെ സംശയത്തിനിടയാക്കി. അയൽവാസികളുടെ പരാതി കൂടി കേട്ടപ്പോൾ എന്റെ സംശയം ശരിയുമായി. അമ്മയും മകളും ചേർന്ന് ആ വീട്ടിൽ അനാശാസ്യപ്രവൃത്തികൾ ഭംഗിയായി നടത്തിവരികയായിരുന്നു. ഞാൻ ഭീഷണി മുഴക്കിയിട്ടും ഒന്നും രണ്ടു മാസം കൂടി അവരവിടെ താമസിച്ചു. ഒടുവിൽ എത്രയോ മാസത്തെ വാടക ബാക്കിവെച്ച് അമ്മയും മകളും രായ്ക്കുരാമാനം കടന്നുകളയുകയായിരുന്നു. പിന്നീട് പത്മനാഭൻ നായരുടെ നിർബ്ബന്ധപ്രകാരം ഞങ്ങൾ അശോക് നഗർ ഭവനത്തിലേക്ക് താമസം മാറുകയായിരുന്നു.

മദിരാശി നഗരത്തിൽ സ്വന്തമായി ഒരു വീടുണ്ടാക്കുകയെന്നത് എന്നെ സംബന്ധിച്ചിടത്തോളം അസാദ്ധ്യമായ കാര്യമായിരുന്നു. ഒരുപക്ഷേ,

വയസ്സാം കാലത്ത് പണിയെടുത്തുണ്ടാക്കുന്ന തുകയിൽ മിച്ചം പിടിച്ച് കുറച്ചുലോണുമെടുത്ത് ഒരു ഫ്ളാറ്റ് സ്വന്തമാക്കിയേക്കാം.

സാഹചര്യമതായിരിക്കെ 16 സെന്റ് സ്ഥലവും ഇരുനിലക്കെട്ടിടവും അച്ഛൻ ഞങ്ങൾക്ക് ദാനമായി തരുന്നത് ഇതദ്ദേഹത്തിന്റെ ഹൃദയവിശാലതയും ഏകമകളോടുള്ള അതിരുകടന്ന സ്നേഹമാണെങ്കിൽക്കൂടി മറ്റൊരു യാഥാർത്ഥ്യം പിന്നിൽ ഒളിഞ്ഞുകിടന്നിരുന്നു. വിവാഹത്തിനു ശേഷം 'ഗായക ദമ്പതികൾ' എന്ന പേരിൽ ഞങ്ങൾക്കുണ്ടായ വളർച്ചയും പ്രശസ്തിയും ക്രിസ്റ്റ്യനാർട്സ് മൂലം എനിക്ക് സമൂഹത്തിൽ ലഭിച്ച മാന്യതയും സ്ഥാനവുമായിരിക്കണമെന്ന് ഞാൻ വിശ്വസിക്കുന്നു.

ലേശം അഴുക്കുപറ്റിയ അശോക്നഗർ വീട്, ഐശ്വര്യമുള്ള ഒരു ഭവനമാക്കണമെന്ന് എനിക്ക് നിർബ്ബന്ധമുണ്ടായിരുന്നു. അതിനുള്ള ശ്രമമായി പിന്നീട്. 1979 ൽ തുടങ്ങിയ പരസ്യക്കമ്പനിയുടെ, ക്രിസ്റ്റ്യനാർട്ട,സിന്റെ ഇടയ്ക്കിടെയുള്ള ഗാനമേളകളുടെ തിരക്കുകൾക്കിടയിലാണ് വീടിന്റെ മൊത്തത്തിലുള്ള അഴിച്ചുപണി തുടങ്ങുന്നത്.

മുൻവശത്തെ കാടുപിടിച്ചുകിടന്ന അഞ്ചുസെന്റ് ഭൂമി വൃത്തിയാക്കി നല്ലൊരു പുൽത്തകിടി(ലോൺ) സജ്ജമാക്കി. മുൾവേലി മാറ്റി മതിൽ കെട്ടുന്നു. നല്ലൊരു ഗേറ്റും സ്ഥാപിക്കുന്നു. പത്മനാഭൻ നായരുടെ നിർദ്ദേശപ്രകാരം വീടിന് ഒരു പേരുമിട്ടു. "പ്രഗതി." പ്രഗതി എന്ന പേര് നിർദ്ദേശിച്ചതിന്റെ കാരണവും പിന്നീടാണ് മനസ്സിലായത്.

"പ്രഗതി" എന്നാൽ "പുരോഗതി" (പ്രോഗ്രസ്) യെന്നാണർത്ഥം. ഞങ്ങൾ മേലും മേലും പുരോഗതി പ്രാപിക്കട്ടെയെന്ന അച്ഛന്റെ ആശംസ കൂടിയായിരിക്കാമത്. പിന്നീട് 1992 ൽ ഞാനൊരു (*ഷെവലിയർ മിഖായേൽ*) സിനിമ നിർമ്മിച്ചപ്പോൾ എന്റെ ബാനറും പ്രഗതിയായിരുന്നു. വീടിന്റെ അറ്റകുറ്റപ്പണികളും പെയിന്റിങ്ങും തോട്ടപ്പണികളുമൊക്കെ തീരാൻ മൂന്നു മാസമെടുത്തു. വീടിന് ചുറ്റും പത്തു തെങ്ങും കുറച്ചു വാഴയും നട്ടു. പുറകുവശത്ത് നല്ലൊരു പച്ചക്കറിത്തോട്ടവും തയ്യാറാക്കി. അങ്ങനെ ഞാനും ലതയും മക്കൾ അനുപമയും ആലാപുമടങ്ങുന്ന കൊച്ചു കുടുംബം 1983 ജൂൺ 22 ബുധനാഴ്ച മനസ്സിൽ തീർത്ത ശുഭമുഹൂർത്തത്തിൽ പ്രഗതിയിലേക്ക് കാലുകുത്തി!

1981 ൽ ആകാശവാണിയിൽനിന്നും വിരമിച്ചതിനുശേഷം പത്മനാഭൻ നായരുടെ പ്രവൃത്തിമണ്ഡലം കൂടുതൽ വികസിക്കുകയായിരുന്നു. പരസ്യ ആവശ്യങ്ങൾക്കായി തിരുവനന്തപുരം ആകാശവാണിയിൽ പോകേണ്ടിയിരുന്നതുകൊണ്ട് പത്മനാഭൻ നായരെ ഞാൻ ഇടയ്ക്കിടെ കാണുമായിരുന്നു. തിരുവനന്തപുരത്തെ സാംസ്കാരികവേദികളിലും എഴുത്തിലുമാണ് അദ്ദേഹം ശ്രദ്ധ കേന്ദ്രീകരിച്ചിരുന്നത്. അമ്മയുടെ മരണത്തിനുശേഷം അത് കൂടുതൽ ശക്തവുമായി.

ആയിടയ്ക്കാണ് *മനോരാജ്യം* വാരികയിൽ പത്മനാഭൻ നായർ എഴു

താൻ തുടങ്ങുന്നത്. ക്രമേണ പത്രാധിപസമിതിയിൽ പ്രവേശിക്കുകയായിരുന്നു. എഴുത്തുകാരനായ മുട്ടത്തുവർക്കിയും വേളൂർ കൃഷ്ണൻകുട്ടിയും *ദീപിക* വാരികയിൽ സ്റ്റാഫായിരിക്കുമ്പോൾത്തന്നെ പി ഭാസ്കരൻ അവിടെ പത്രാധിപരായ സമയം. അതുകൊണ്ടായിരിക്കാം *മനോരാജ്യ*ത്തെ കൂടുതൽ സാഹിത്യ സമ്പന്നതയിലെത്തിക്കാൻ പത്മനാഭൻ നായരെക്കൂടി ഉൾപ്പെടുത്തിയതെന്നു തോന്നുന്നു. *മനോരാജ്യ*ത്തിന്റെ മേൽവിലാസത്തിൽ റെസിഡന്റ് എഡിറ്ററുടെ പദവിയിൽ പത്മനാഭൻ നായർക്ക് ഒരു ഫോണും ലഭിക്കുന്നു. ഇദ്ദേഹം രംഗപ്രവേശം ചെയ്തതോടെ *മനോരാജ്യം* വാരികയുടെ കെട്ടിലും മട്ടിലും വലിയൊരു മാറ്റം കണ്ടുതുടങ്ങി.

* * * * * *

അശോക് നഗർ വീട്ടിൽ അച്ഛനു വേണ്ടി ഒരു മുറി ഞങ്ങളൊരുക്കിയിരുന്നു. പെറ്റമ്മ പയ്യന്നൂരായിരുന്നുവെങ്കിലും പത്മനാഭൻ നായർക്ക് പോറ്റമ്മ എപ്പോഴും മദിരാശിയായിരുന്നു. അടിക്കടി അച്ഛൻ മദിരാശിയിൽ വരുന്നത് കൂടെ താമസിക്കുവാനാണെങ്കിലും കൂട്ടത്തിൽ കേരള സമാജം സന്ദർശിക്കുകയും പഴയ ചങ്ങാതിമാരുമായി സൊറ പറഞ്ഞിരിക്കാനും കൂടിയായിരുന്നു. പലരും വീട്ടിൽ വന്നു കാണുകയാണ് പതിവ്. അതിൽ സിനിമാക്കാരുമുണ്ടാവും. തങ്ങളുടെ നാടകഗുരുവായ ഇദ്ദേഹത്തെ പല സിനിമാക്കാരും 'പപ്പേട്ടൻ' എന്ന ചെല്ലപ്പേരാണ് വിളിക്കാറുള്ളത്. ചിലരെ ഞാനിവിടെ അനുസ്മരിക്കുന്നു. കെ പി ഉമ്മർ, നെല്ലിക്കോട് ഭാസ്കരൻ, കുഞ്ഞാണ്ടി, കുഞ്ഞാവ, ബാലൻ കെ നായർ, കുതിരവട്ടം പപ്പു, അടുത്തതായിട്ടെത്തുന്നത് അടൂർഭാസിയും സഹോദരനായ ചന്ദ്രാജിയും എം ഒ ജോസഫുമായിരുന്നു. പഴയ ചങ്ങാതിമാരെ കാണുന്നത് പത്മനാഭൻ നായർക്ക് പാൽപ്പായസം കുടിക്കുന്നതിന് സമാനമായിരുന്നു. ഇവരുടെ കൂട്ടായ്മകളിൽ ഞാനും പങ്കെടുക്കുമായിരുന്നു.

* * * * * *

'പ്രഗതി'യെന്ന പേര് സത്യത്തിൽ എന്റെ ജീവിതത്തിൽ അന്വർത്ഥമാവുകയായിരുന്നു. രണ്ടുവർഷത്തിനുള്ളിൽ പുരോഗതിയിലേക്കുള്ള കുതിച്ചുകയറ്റം. 1976 മുതല്ക്കാണ് എന്റെയും ലതയുടെയും വിദേശയാത്രകൾ തുടങ്ങുന്നത്. തുടർന്ന് ഇന്ത്യയിലും വിദേശങ്ങളിലുമായി ധാരാളം സംഗീത പരിപാടികൾ. ആകാശവാണിയിലെ ജോലിക്കിടയിലും ലത സിനിമകളിലും പാടുന്നു. സിനിമയിൽനിന്നും വിട്ടുനിന്ന ഞാനും 1981 നുശേഷം സിനിമകളിൽ പാടാൻ തുടങ്ങുന്നു. 1979 ലാരംഭിച്ച റേഡിയോ വിളംബര ക്കമ്പനി നല്ല നിലയിൽ മുന്നോട്ടുപോകുന്നു. അശോക് നഗറിലെ താമസത്തോടെ 'പ്രഗതി'യുടെ പൊൻ കിരണങ്ങൾ ഞങ്ങളുടെ ജീവിതത്തെ തഴുകിത്തുടങ്ങി. ഇത് മുന്നിൽക്കണ്ട പത്മനാഭൻ നായർ അകലെയിരുന്നു സന്തോഷിക്കുകയായിരുന്നു. ആകാശവാണിയിൽനിന്ന് വിരമിച്ചതിനുശേഷവും പത്മനാഭൻ നായർ തിരുവനന്തപുരം വഴുതക്കാട്ടുള്ള

ബോംബെ ഫ്ളാറ്റ്സിൽ താമസം തുടരുകയായിരുന്നു. സ്ഥിര താമസത്തിന് മദിരാശിയിലേക്ക് ഞാൻ ക്ഷണിച്ചുവെങ്കിലും *മനോരാജ്യം* ജോലിയുപേക്ഷിച്ചു വരാൻ തയ്യാറായില്ല. ഇടയ്ക്കിടെ പ്രഗതിയിൽ വന്നു രണ്ടു മൂന്നുദിവസം താമസിച്ചിട്ട് അനന്തപുരിയിലേക്ക് മടങ്ങും. അക്കാലത്ത് കേരളത്തിൽ പലയിടങ്ങളിലും ഞങ്ങൾക്ക് ധാരാളം സംഗീതപരിപാടികളുണ്ടായിരുന്ന സമയമായിരുന്നു. ചങ്ങനാശ്ശേരി, തിരുവല്ല എന്നിവിടങ്ങളിൽ ശാന്താ പി നായർ, ഇന്ദിരാ ജോസഫ് എന്നിവരോടൊത്ത് ഞങ്ങളുടെ ഗാനമേള കേൾക്കാൻ വന്നതും മധുരിക്കുന്ന ഓർമ്മകളാണ്.

അപ്രതീക്ഷിതമായിട്ടാണ് 1982 മാർച്ച് 9 ന് ബോംബെ ഓൾ ഇന്ത്യാ റേഡിയോ ഡയറക്ടറായി സേവനമനുഷ്ഠിക്കുമ്പോൾ ഇ എം ജോസഫ് വെണ്ണിയൂർ അന്തരിക്കുന്നത്. 54 വയസ്സുമാത്രം പ്രായമുണ്ടായിരുന്ന ഇ എം ജെയുടെ വിയോഗം പത്മനാഭൻ നായരെ മാനസികമായി വല്ലാതെയുലച്ചു. അന്ത്യകർമ്മങ്ങളിൽ അച്ഛന് പിൻബലമായി ഞാനുണ്ടായിരുന്നു. പത്മനാഭൻ നായരുടെ സൗഹാർദ്ദത്തിന് ഏറ്റ വലിയൊരു മുറിപ്പാടായിരുന്നു ആ മരണം. ആകാശവാണിയുടെ വളർച്ചയ്ക്കും വികാസത്തിനും ഇ എം ജെയുടെ വേർപാട് നികത്താനാവുന്നതല്ല.

മിതഭാഷിയായ ജോസഫ് വെണ്ണിയൂരിന് എന്നോട് പ്രത്യേക ആദരവും ബഹുമാനവുമായിരുന്നു ഫെബ്രുവരി മാസത്തിൽ ബോംബെ ഫ്ളാറ്റിൽ, അച്ഛന്റെ സാന്നിദ്ധ്യത്തിൽ വെണ്ണിയൂരിനെ കണ്ടുമുട്ടിയപ്പോൾ, തിരുവനന്തപുരത്ത് ഒരു റേഡിയോ വിളംബരക്കമ്പനിയും ഒരു സൗണ്ട് സ്റ്റുഡിയോയും ആരംഭിക്കുന്നതുവരെ ചർച്ച ചെയ്തതാണ്.

1983 ലെ ഒരു സിംഗപ്പൂർ യാത്രയിലാണ് അച്ഛനെ ഞങ്ങൾ കൂട്ടിക്കൊണ്ടുപോകുന്നത്. ഒഴിയാൻ ശ്രമിച്ചെങ്കിലും ബന്ധത്തിലുപരി, സൗഹൃദത്തിന്റെ പിടിമുറുക്കിയാണ് ഞാനത് സാധിച്ചെടുത്തത്. ഏതാണ്ട് ഒരാഴ്ചയോളം ഞങ്ങൾ സിംഗപ്പൂരിൽ തങ്ങി. സംഗീത പരിപാടികളൊന്നുമില്ലാത്ത സ്വച്ഛന്ദമായ യാത്രയായിരുന്നു അത്. പത്മനാഭൻ നായരുടെ ജീവിതത്തിലെ സന്തോഷപ്രദമായ ദിനങ്ങളായിരുന്നു. അവിടെയെത്തിയപ്പോഴാണ് ഇദ്ദേഹത്തിന് സിംഗപ്പൂരിലും ബന്ധുക്കളുണ്ടെന്നറിയാൻ കഴിഞ്ഞത്. പയ്യന്നൂർ കൂടത്തിൽ തറവാട്ടിലെ ഗോപാലകൃഷ്ണനും കുടുംബവും. അച്ഛന്റെ ഓർമ്മകളിൽനിന്നും മാഞ്ഞുപോയ ഒരു ബന്ധു. അവസാനം ഏതാനും സീനിയർ സിംഗപ്പൂർ മലയാളികളുടെ സഹായത്തോടെ ഇദ്ദേഹത്തെയെനിക്ക് കണ്ടുപിടിക്കാനും സാധിച്ചു. കണ്ടുമുട്ടിയപ്പോൾ ബന്ധത്തിനു മുറുക്കം കൂടുന്നു. സിംഗപ്പൂരിൽ ഗോപാലകൃഷ്ണൻ ടാക്സി ഓടിക്കുകയായിരുന്നു. ടൂറിസ്റ്റ് നഗരമായ സിംഹനഗരത്തിൽ ടാക്സി ഓടിക്കുന്നത് അന്തസ്സുള്ള ഒരുജോലിയായിരുന്നു. ഏതായാലും ബന്ധുവിന്റെ ആതിഥേയത്വം അച്ഛന് ഇരട്ടി മധുരമായിരുന്നു. മരണംവരെ പത്മനാഭൻ നായർ ഉപയോഗിച്ച 'വാച്ച്' ഗോപാലകൃഷ്ണന്റെ സമ്മാനമായിരുന്നു.

കേരളത്തിനു വെളിയിലുള്ള ഏറ്റവും വലിയ സംഘടനയായ സിംഗപ്പൂർ കേരളാ അസോസിയേഷനിലെ മുതിർന്ന അംഗമായ ശ്രീ. ജോർജ് നെറ്റോ പത്മനാഭൻ നായരുടെ ഒരുസാഹിത്യ സുഹൃത്തായിരുന്നു. *ജയകേരളം* വാരികയിൽ 'സിംഗപ്പൂർ കത്ത്' എന്നൊരു പംക്തി കൈകാര്യം ചെയ്തിരുന്നത് കൊല്ലം സ്വദേശിയായ നെറ്റോയായിരുന്നു. തന്റെ സാഹിത്യഗുരുവിനെ കണ്ട ചാരിതാർത്ഥ്യം നെറ്റോവിന്. ഞങ്ങളുടെ പ്രഥമ സിംഗപ്പൂർ സന്ദർശനത്തിൽ സ്വീകരണം തന്നതുപോലെ, പത്മനാഭൻ നായർക്കും അസോസിയേഷൻ ഒരു ഗംഭീര സ്വീകരണം നല്കുകയുണ്ടായി.

1984 ൽ ചില കാരണങ്ങളാൽ ഞാൻ ജോലി ചെയ്തിരുന്ന ക്രിസ്റ്റ്യനാർട്ട്സ് നിന്നു പോയെങ്കിലും ഒരു വിധത്തിലും എന്നെയത് ബാധിച്ചില്ലയെന്നതാണ് വസ്തുത. സാമ്പത്തികമായി ഞാനതിനകം വേരൂന്നിക്കഴിഞ്ഞിരുന്നു. എന്റെ വിളംബരങ്ങൾ അതുവരെ ഞാൻ ക്രിസ്റ്റ്യനാർട്ട്സ് സ്റ്റുഡിയോയിലാണ് നിർവ്വഹിച്ചുകൊണ്ടിരുന്നത്. എന്റെ ബിസിനസിന് ഒരു റിക്കോർഡിങ് സ്റ്റുഡിയോ അത്യന്താപേക്ഷിതവുമായിരുന്നു.

ഈ വിവരം ഞാൻ അച്ഛനെ ധരിപ്പിച്ചപ്പോൾ എന്തുകൊണ്ട് മുകളിലത്തെ മുറി ഒരു റിക്കോർഡിങ് സ്റ്റുഡിയോ ആക്കിക്കൂടായെന്ന ആശയം അദ്ദേഹം എന്നിലേക്ക് പകരുന്നു. ഈയവസരത്തിലാണ് *മനോരാജ്യം* വാരിക മറ്റൊരു കൂട്ടർ വാങ്ങുകയും പത്മനാഭൻ നായർ അവിടത്തെ എഴുത്തു ജോലി ഉപേക്ഷിക്കുകയും ചെയ്യുന്നത്. താമസിയാതെ അച്ഛൻ മദിരാശിയിലേക്ക് സ്ഥിരതാമസത്തിന് വരാൻ തയ്യാറാകുന്നു. അച്ഛന്റെ പ്രഗതിയിലേക്കുള്ള വരവ് എന്റെ സ്റ്റുഡിയോ നിർമ്മാണത്തിന് പുതിയൊരാവേശവും പ്രചോദനവുമായി.

ഒരു മുറി മാത്രം പോരാ. സ്റ്റുഡിയോ നിർമ്മിക്കാൻ. റിക്കോർഡിങ് ടേബിൾ സ്ഥാപിക്കാൻ ഒരു കൺസോൾ വേണം. നിലവിലുള്ള മുകളിലത്തെ വലിയ മുറിയോടു ചേർന്ന് ഒരു സന്ദർശനമുറിയും മറ്റൊരു ഓഫീസ് മുറിയും നിർമ്മിച്ചു. കെട്ടിടം പണി പൂർത്തിയാക്കാൻതന്നെ രണ്ടു മാസമെടുത്തു. പത്മനാഭൻ നായരുടെ സാന്നിദ്ധ്യത്തിലാണ് ഇതെല്ലാം നടന്നുകൊണ്ടിരുന്നത്.

സ്റ്റുഡിയോയെന്ന സ്വപ്നം നേരത്തേ മനസ്സിലുണ്ടായിരുന്നതുകൊണ്ട്, മൈക്കും മറ്റ് ചില റിക്കോർഡിങ് സാധനങ്ങളും എന്റെ വിദേശയാത്രകളിൽ ഞാൻ സംഘടിപ്പിച്ചുവെച്ചിരുന്നു. മൂന്നു മാസത്തിനുള്ളിൽ സാമാന്യം ഭേദപ്പെട്ട ഒരു റിക്കോർഡിങ് സ്റ്റുഡിയോ എനിക്ക് സജ്ജീകരിക്കുവാൻ സാധിച്ചു. ഇനി ഉദ്ഘാടനം. അതെങ്ങനെയായിരിക്കണമെന്നായി പിന്നീടുള്ള ചിന്ത.

വെറുമൊരു സ്വിച്ച് ഓൺ കർമ്മം മാത്രമായിരിക്കരുതെന്ന് എനിക്ക് നിർബ്ബന്ധമുണ്ടായിരുന്നു. അപ്പോഴാണ് പുതിയൊരാശയം മനസ്സിലുദിച്ചത്.

എന്തുകൊണ്ട് ഒരു ബൈബിൾ നാടകം റിക്കോർഡു ചെയ്തുകൂടാ. ഈയൊരാശയം മനസ്സിലോടിയെത്താൻ പ്രത്യേക കാരണവുമുണ്ടായിരുന്നു. ക്രിസ്റ്റ്യാനാർട്ട്സ് സ്റ്റുഡിയോ ഉപയോഗിച്ചുകൊണ്ട് ഞാൻ രണ്ട് ഓഡിയോ കാസറ്റ് റിലീസ് ചെയ്തിരുന്നു എങ്കിൽ മൂന്നാമതായി ഒരു ബൈബിൾ നാടകം ഓഡിയോ കാസറ്റായി ഇറക്കാമെന്നായിരുന്നു ചിന്ത.

ഒരു ദിവസം പ്രാതലിനിരിക്കുമ്പോൾ എന്റെയീ മോഹം ഞാൻ അച്ഛനെ ധരിപ്പിച്ചു. അദ്ദേഹമതിനെ സ്വാഗതം ചെയ്തുവെന്നു മാത്രമല്ല, നാടകം എഴുതിത്തരാമെന്നും പറയുന്നു.

"ഒരു കമ്യൂണിസ്റ്റുകാരൻ ബൈബിൾ നാടകം എഴുതുകയോ?" ഞാനന്തം വിട്ടിരുന്നുപോയി. അപ്പോൾ അദ്ദേഹത്തിന്റെ കമന്റ്!

"ക്രിസ്തുവും വിപ്ലവകാരിയായിരുന്നു!"

"പണ്ടൊരു നാടകത്തിൽ ഞാൻ യൂദാസായിട്ടഭിനയിച്ചിട്ടുണ്ട്. കഥയൊക്കെ എനിക്കറിയാം. പക്ഷേ, റഫറൻസിന് എനിക്കൊരു ബൈബിൾ വേണ്ടി വരും."

ആ കലാകാരന്റെ നാടകകലയോടുള്ള തീവ്രമായ സ്നേഹം അന്നാണെനിക്ക് മനസ്സിലായത്. സന്തോഷത്തോടെ അച്ഛന് ഞാൻ ഒരു മലയാളം ബൈബിൾ കൊടുക്കുന്നു.

എണ്ണി രണ്ടാഴ്ച കഴിഞ്ഞപ്പോൾ ഇതുപോലൊരു പ്രാതൽ സമയത്ത് വളരെ കാഷ്വലായി അദ്ദേഹമെന്നോടു പറയുന്നു.

"നാടകമെഴുതിക്കഴിഞ്ഞു. പേരുമിട്ടു. യേശുദേവൻ. എന്നു വെക്കാം ഉദ്ഘാടന റിക്കോർഡിങ്?" ഷോക്കടിച്ചതുപോലെയായി ഞാൻ.

തൊട്ടാൽ കൈപൊള്ളുന്ന ഒരു വലിയ വിഷയം അതിവിശാലമായ പശ്ചാത്തലത്തിന്റെ ലാഘവത്തോടെ എത്രപെട്ടെന്നാണ് കമ്യൂണിസ്റ്റുകാരനായ ഒരു ഹൈന്ദവൻ എഴുതിത്തീർത്തിരിക്കുന്നത്?

ക്രിസ്ത്യാനിയായ ഞാൻ തെല്ല് ലജ്ജയോടെയാണ് അദ്ദേഹത്തിന്റെ വർത്തമാനം കേട്ടത്?

"ബൈബിളിൽ പാണ്ഡിത്യമുള്ള ഏതെങ്കിലുമൊരു അച്ചനോ ബിഷപ്പോ ഇതുവായിച്ച് അപ്രൂവ് ചെയ്തതിനുശേഷമേ റിക്കോർഡിങ് തുടരാവൂ.." എന്നൊരു താക്കീതും തന്നു.

ക്രിസ്റ്റ്യനാർട്ട്സിന്റെ പതനത്തിനുശേഷം ഞാനടങ്ങുന്ന ചെറിയൊരു ടീം ക്രിസ്റ്റ്യൻ മീഡിയ സെന്റർ എന്ന പേരിൽ ഡോ. സുവിയുടെ നേതൃത്വത്തിൽ തുടങ്ങിക്കഴിഞ്ഞ സമയമായിരുന്നു അപ്പോൾ. സ്ക്രിപ്റ്റ് സുവിയെ വായിച്ചു കേൾപ്പിക്കുവാൻ തീരുമാനിച്ചു. മലയാളം അല്പസ്വല്പമറിയാവുന്ന അദ്ദേഹത്തെ മൂന്നുദിവസംകൊണ്ട് സ്ക്രിപ്റ്റ് വായിച്ചുകേൾപ്പിച്ചു. ചിരിച്ചുകൊണ്ട് അദ്ദേഹം പറഞ്ഞു.

"മി. നായർ ഈസ് ഗ്രേറ്റ്! ബൈബിളിന്റെ പവിത്രത ഒട്ടും ചോർന്നുപോകാതെ മിശിഹാ ചരിത്രത്തിന്റെ നാടകരൂപം ക്രോഡീകരിച്ച് ഇത്രയും

മനോഹരമായിട്ടെഴുതിയ മറ്റൊരു വ്യക്തിയുണ്ടാവില്ല. ഐ വാൺഡ് ടു സീ ഹിം."

ഞാൻ അച്ഛനെ കൂട്ടിക്കൊണ്ടുപോയി. ബൈബിളിൽ ഡോക്ടറേറ്റ് നേടിയ ആ പുരോഹിതൻ വിനയാന്വിതനായിട്ടാണ് പത്മനാഭൻ നായരെ അഭിനന്ദിച്ചത്. അതിലും വിനയത്തോടെയാണ് അച്ഛൻ അഭിനന്ദനം സ്വീകരിച്ചതും. യേശു ക്രിസ്തുവടക്കം ഇരുപത്തിയഞ്ചോളം അഭിനേതാക്കളാവശ്യമുണ്ടായിരുന്നു. പ്രധാന വേഷങ്ങളിൽ മാത്രം പത്തുപേർ. ക്രിസ്ത്യനാർട്ട്സിൽ ധാരാളം നാടകങ്ങൾ അവതരിപ്പിച്ചിട്ടുള്ളതുകൊണ്ട് എന്റെ കസ്റ്റഡിയിൽ കുറച്ചു ശബ്ദകലാകാരന്മാരുണ്ടായിരുന്നു. കഥാപാത്രങ്ങളെ സൂക്ഷ്മമായി തെരഞ്ഞെടുക്കുകയും അവർക്കു പരിശീലനം കൊടുക്കുകയും ചെയ്യേണ്ട ദൗത്യം പത്മനാഭൻ നായരുടേതായിരുന്നു. നാടകത്തിന്റെ പരിശീലനം തകൃതിയിൽ നടക്കുന്നതിനിടയിൽ സ്റ്റുഡിയോയുടെ മിനുക്കുപണികൾ ഞാൻ പൂർത്തിയാക്കി.

* * * * * *

1986 ജനുവരി മാസത്തെ കുളിരുള്ള ഒരു പ്രഭാതത്തിൽ പ്രഗതിയിലെ വോയ്സ് &വിഷൻ സ്റ്റുഡിയോയുടെ സ്വിച്ച് ഓൺ കർമ്മം നിർവ്വഹിക്കപ്പെട്ടു. സുഹൃത്തുക്കളുടെയും അച്ഛന്റെ ഏതാനും സമാജം പ്രവർത്തകരുടെയും സാന്നിദ്ധ്യത്തിൽ ഡോ. സുവിയാണ് ആ കർമ്മം ഭംഗിയായി നിർവ്വഹിച്ചത്.

തുടർന്ന് അച്ഛന്റെ മേൽനോട്ടത്തിൽ യേശുദേവന്റെ റിക്കോർഡിങ് ആരംഭിച്ചു. ക്രിസ്തുവിന്റെ പ്രസിദ്ധമായ 'മലപ്രസംഗമാണ്' ആദ്യം ശബ്ദലേഖനം ചെയ്തത്.

പത്മനാഭൻ നായരുടെ സസൂക്ഷ്മമായ സംവിധാനത്തിൽ രണ്ടാഴ്ചകൊണ്ട് 'യേശുദേവൻ' ശബ്ദരേഖ പൂർത്തിയാക്കി. ശബ്ദരൂപത്തിന് ദൃശ്യസുഖമേകാൻ ഒരുപാട് പശ്ചാത്തലസംഗീതവും സൗണ്ട് എഫക്ട്സും അച്ഛൻ രാപ്പകൽ സമയമെടുത്താണ് സമന്വയിപ്പിച്ചത്.

താമസിയാതെ രണ്ടു മണിക്കൂർ ദൈർഘ്യമുള്ള 'യേശുദേവൻ' ഓഡിയോ കാസറ്റ് റിലീസായി. രചന പത്മനാഭൻ നായർ എന്ന പേരിനു പകരം 'കപിലൻ' എന്നാക്കിയതും അദ്ദേഹത്തിന്റെ നിർദ്ദേശപ്രകാരമായിരുന്നു. പ്രഗതിയിലെ താമസത്തിനുശേഷമാണ് ജീവിതത്തിലാദ്യമായി ഞാൻ കാർ വാങ്ങുന്നത്. പുരോഗതിയുടെ നറുവെളിച്ചത്തിൽ എല്ലാം മംഗളകരമായി നടക്കുന്നു. ഞാൻ പ്രവർത്തിച്ചിരുന്ന ക്രിസ്ത്യൻ മീഡിയയുടെ മലയാളം പരിപാടികളുടെ എല്ലാ റിക്കോർഡിങ്ങും ഞങ്ങളുടെ സ്റ്റുഡിയോയിലായി. അടുത്ത ഓഡിയോ കാസറ്റിന്റെ ജോലികൾ തുടങ്ങുന്നു. 1989 ൽ *ഏകനഗരാന്ത* എന്ന കൊങ്കണി സിനിമയിലൂടെ ഞാൻ സംഗീത സംവിധായകനാകുന്നു. അതേ വർഗ്ഗം തന്നെ മൈസൂരിലുള്ള ഇന്ത്യൻ ഭാഷാ കേന്ദ്രത്തിന്റെ (ബി ഐ ഐ എൽ) ദക്ഷിണേന്ത്യൻ ഭാഷകളുടെ

ഓഡിയോ റിക്കോർഡിങ് വന്നതോടെ സ്റ്റുഡിയോ നല്ല തിരക്കിലായി. മദിരാശിയുടെ എല്ലാ ഭാഷാ ശബ്ദതാരങ്ങൾക്കും വോയ്സ് ആന്റ് വിഷൻ സ്റ്റുഡിയോ സുപരിചിതമായി.

വരുമാനം കൂടിയപ്പോൾ, അഹങ്കാരമാണോ അവിവേകമാണോ എന്നറിയില്ല ലതയുടെയും അച്ഛന്റെയും എതിർപ്പുകളെ അവഗണിച്ചുകൊണ്ട് ഒരു സിനിമ നിർമ്മിക്കുന്നു. അത് നഷ്ടത്തിൽ കലാശിക്കുകയും ചെയ്യുന്നു.

വീടിന്റെ മഹത്വമാണോ വീട്ടുകാരുടെ ഗുരുത്വമാണോ വീണ്ടും പച്ച പിടിക്കുന്നു. പതുക്കെ ഓഡിയോയിൽനിന്നും വീഡിയോയിലേക്ക് കടക്കുന്നു. വീണ്ടും പുരോഗതി! ചാനലുകളിൽ ഒന്നു രണ്ട് പരിപാടികൾ വീതം അവതരിപ്പിക്കുവാൻ തുടങ്ങുന്നു. അവസാനം മെഗാ സീരിയലുകളിലേക്ക്! 58 ഭാഗങ്ങളിലൂടെ 'കേരളം മനോഹരം', 200 ഭാഗങ്ങളിലൂടെ 'അകലങ്ങളിൽ' സുദീർഘ പരമ്പരകൾ തിരുവനന്തപുരം ദൂരദർശനിൽ സംപ്രേഷണം ചെയ്യുന്നു. ഓഡിയോ സ്റ്റുഡിയോയോടൊപ്പം വീഡിയോ സ്റ്റുഡിയോ ആരംഭിക്കുന്നു. തുടർച്ചയായി സ്ക്രിപ്റ്റെഴുത്തു തുടങ്ങിയപ്പോൾ അത് മിനുക്കുന്നത് പത്മനാഭൻ നായർ തന്നെ. എന്റെ ജീവിതത്തിലെ രണ്ടാം പകുതിയിലെ എഴുത്തച്ഛനെന്നു കൂടി വിശേഷിപ്പിക്കുന്നു അദ്ദേഹത്തെ.

ഒരുപാടു സവിശേഷതകളുള്ള ഒരു വ്യക്തിയായിരുന്നു ശ്രീ. കെ പത്മനാഭൻനായർ. അചഞ്ചലമായ ഒരു മനസ്സിന്റെ ഉടമ. ശാരീരികമായി അശക്തനെങ്കിലും എന്തിനെയും നേരിടുവാനുള്ള മനസ്സിന്റെ ശക്തി. ഒരിക്കൽപ്പോലും അദ്ദേഹം കരഞ്ഞുകണ്ടിട്ടില്ല.

അലസത തൊട്ടുതീണ്ടാത്ത പ്രകൃതം. കായികവും കലയും ഒരുപോലെ പ്രേമിച്ച അപൂർവ്വ പ്രതിഭ. അതുകഴിഞ്ഞാൽ വായനയും എഴുത്തുമാണ് പത്മനാഭൻ നായർ ഏറെയിഷ്ടപ്പെട്ടിരുന്നത്. ലോക ചരിത്രം ഒരുപരിധിവരെ അറിയാമായിരുന്നുവെങ്കിലും യാത്രകൾ കുറവായിരുന്നതുകൊണ്ട് ഞങ്ങളുടെ യാത്രാവിവരണങ്ങൾ കൗതുകത്തോടെ കേൾക്കുമായിരുന്നു. പ്രായാധിക്യത്തിലും എന്തുമറിയാനുള്ള അത്യുത്സാഹം അദ്ദേഹത്തിന്റെ മറ്റൊരു പ്രത്യേകതയായിരുന്നു.

ശാസ്ത്രസാങ്കേതിക വളർച്ചയുടെ നാളുകളിൽ ശബ്ദലേഖനത്തിലുണ്ടായ മാറ്റങ്ങൾ എന്നോടു ചോദിച്ചു മനസ്സിലാക്കുമായിരുന്നു. അവസാന നാളുകളിൽ 'മൊബൈൽ ഫോണുകളെ'ക്കുറിച്ചാണ് എന്നോടു ചോദിച്ചത്.

എത്ര ക്ഷോഭിച്ചാലും ഒരസഭ്യവാക്കുപോലും പറയാത്ത മാന്യൻ. ദേഷ്യം കൂടിയാൽ വാക്കുകൾ ഒന്നിടറും അല്ലെങ്കിൽ പതറും അത്രമാത്രം. പുകവലി ഒരു ദുശ്ശീലമെങ്കിൽ അതുമാത്രമായിരുന്നു പത്മനാഭൻ നായരുടെ ഇഷ്ട വിനോദം. ഞങ്ങൾ വിദേശങ്ങളിൽ പോയിത്തുടങ്ങിയപ്പോൾ ഒന്നോ രണ്ടോ കാർട്ടർ സിഗററ്റ് കൊണ്ടുവന്നു കൊടുക്കുക പതിവായിരുന്നു. അത് ആസ്വദിച്ച് വലിക്കുന്നതു കാണാൻ ചന്തമായിരുന്നു. മദ്യപാനിയല്ല. വേനല്ക്കാലത്ത് ഒരു ബിയർ കുടിക്കണമെന്ന മോഹം പറഞ്ഞാൽ

ഞാൻ വാങ്ങിക്കൊടുക്കാറുണ്ട്. ഇറച്ചിയേക്കാളും മത്സ്യമാണ് ഇഷ്ടഭോജ്യം.

ആരോടുമിണങ്ങുന്ന പ്രകൃതം

സമാനതകളില്ലാതെ ആരോടുമിടപഴകുന്ന സ്വഭാവവൈശിഷ്ട്യം പത്മനാഭൻ നായരുടെ മുഖമുദ്രയായിരുന്നു. ചെറുപ്പക്കാരോടും സമപ്രായക്കാരോടും തന്നേക്കാൾ മൂത്തവരോടും ഇതേ മതഭേദവ്യത്യാസമില്ലാതെ സഹചാരിയുടെ അഭിരുചിക്കനുസരിച്ച് പത്മനാഭൻ നായർ ഇടപഴകുന്നത് കണ്ട് ഞാൻ അത്ഭുതപ്പെട്ടിട്ടുണ്ട്. ഏത് തട്ടിലും താഴ്ന്നും പൊങ്ങിയും അപരനുമായി അദ്ദേഹം മണിക്കൂറുകൾ ചെലവഴിക്കും. ഒരുത്തമ ഉദാഹരണം കൂടി ഞാനിവിടെയെഴുതുന്നു:

എന്റെ അപ്പച്ചൻ എറണാകുളം ബോഡ്‌വേയിലെ ഒരു ചെരുപ്പുകട വ്യാപാരിയായിരുന്നു. അല്പസ്വല്പം മദ്യപിക്കുന്ന ഒരു സത്യക്രിസ്ത്യാനി. എന്റെയും ലതയുടെയും കല്യാണത്തെ അനുഗ്രഹിക്കുകയും പങ്കെടുക്കുകയും ചെയ്ത ഒരു സാധാരണക്കാരൻ. കലയും കായികവും രാഷ്ട്രീയവുമൊന്നും ഇദ്ദേഹത്തിന്റെ വിഷയമല്ല. പൊതുവിജ്ഞാനവും അല്പം കുറവാണെന്നു കൂട്ടിക്കൊള്ളൂ. എങ്കിലും നല്ല മനസ്സിന്റെ ഉടമയാണ്. സൗഹൃദം ഏറെയിഷ്ടപ്പെടുന്ന വ്യക്തി. ലെതർജോണെന്ന ഓമനപ്പേരിലറിയപ്പെടുന്ന ഇദ്ദേഹത്തിന് ലതയോട് വലിയ വാത്സല്യമായിരുന്നതുകൊണ്ട് മദിരാശി സന്ദർശനം പതിവായിരുന്നു. അശോക് നഗർ വീട്ടിൽ വരുന്ന സമയത്തെ ലെതർജോണിന്റെ കൂട്ടുകാരൻ കെ പത്മനാഭൻ നായരായിരുന്നുവെന്നത് ഏറെ കൗതുകം നിറഞ്ഞ എന്റെ ഓർമ്മയാണ്.

മണിക്കൂറുകളോളം ഈ കൂട്ടുകാരിരുന്ന് സംസാരിക്കുന്നത് ഞാൻ കണ്ടിട്ടുണ്ട്. ആ സമയത്ത് അപ്പച്ചന്റെ ലെവലിലേക്ക് അച്ഛൻ താഴോട്ടിറങ്ങും. മിക്കവാറും അപ്പച്ചന്റെ സംസാരം എറണാകുളത്തെ വ്യാപാര വ്യവസായ മേഖലയെക്കുറിച്ചായിരിക്കും. അതിൽ കമ്പോള നിലവാരം തൊട്ടു വീട്ടു കച്ചവടം വരെയുണ്ടാകും. എന്തുമറിയാനുള്ള ഔത്സുക്യം പണ്ടേയുള്ളതുകൊണ്ട് അച്ഛൻ ശ്രദ്ധയോടെ കേട്ടിരിക്കും. സംസാരത്തിന്റെ പിരിമുറുക്കത്തിൽ പള്ളിക്കാര്യങ്ങൾ വരെ അപ്പച്ചൻ വച്ചു കാച്ചും. പാവം കമ്യൂണിസ്റ്റുകാരനായ പത്മനാഭൻ അതും കേട്ടിരിക്കും. കമ്യൂണിസ്റ്റുകാരനാണെന്നറിഞ്ഞുകൊണ്ടുതന്നെ അച്ഛനെ സുഖിപ്പിക്കാൻ അപ്പച്ചൻ ചില പഴങ്കഥകളും തട്ടിവിടും. "പണ്ട് പണ്ട് ഞാനും പാർട്ടിക്കുവേണ്ടി പ്രവർത്തിച്ചിട്ടുണ്ട്." ഇത് കേട്ട മാത്രയിൽ അച്ഛൻ സടകുടഞ്ഞെഴുന്നേറ്റു. അതൊരു ഉപകഥയാണ്.

ഞാൻ ജനിച്ചുവളർന്ന എറണാകുളം കോമ്പാറയിലെ വെള്ളാനപ്പറമ്പിലൊരു സ്നേഹത്തിന്റെ നിറകുടമുണ്ടായിരുന്നു. ദേശവാസികളുടെ കണ്ണിലുണ്ണി! പപ്പൻ ചേട്ടൻ. ചോപ്പിന്റെ നേതാവായ യഥാർത്ഥ കമ്യൂണിസ്റ്റുകാരൻ. എറണാകുളം മാർക്കറ്റിനടുത്തുള്ള ചന്തക്കടവിൽ ഒരു ചായ

ക്കട നടത്തുന്നു. അവിടെയുണ്ടാക്കുന്ന പരിപ്പുവടയും പഴമ്പൊരിയും ഉണ്ട മ്പൊരിയും ചായയുമെല്ലാം പാവപ്പെട്ട ചുമട്ടുകാർക്കും വള്ളക്കാർക്കും യഥേഷ്ടം കൊടുക്കും. കാശ് തന്നാൽ വാങ്ങിക്കും അത്രതന്നെ. മുനിസി പ്പാലിറ്റി ഇലക്ഷനിൽ ഞങ്ങളുടെ വാർഡിൽ സ്ഥിരമായി ജയിക്കുന്നത് പപ്പൻ ചേട്ടനായിരിക്കും. എതിർത്തു നില്ക്കുന്ന കോൺഗ്രസ് സ്ഥാനാർത്ഥിയും വക്കീലുമായ മറിയക്കുട്ടി ജോൺ എന്റെയോർമ്മയിൽ ജയിച്ചിട്ടില്ല, ഞങ്ങൾ ബുജാക്കൾ (കൊച്ചുകുട്ടികൾ) പ്രചരണത്തിനായി പപ്പൻ ചേട്ടന്റെ പിന്നാലെ കൂടും. എന്റെ അപ്പച്ചൻ അദ്ദേഹത്തിന്റെ പ്രധാന പ്രചാരകനായിരുന്നു. കമ്യൂണിസ്റ്റ് പ്രസ്ഥാനത്തെക്കുറിച്ചറിഞ്ഞുകൊണ്ടൊ ന്നുമല്ല. പപ്പൻ ചേട്ടനോടുള്ള സ്നേഹവും ബഹുമാനവും കൊണ്ടുമാത്ര മാണ് എന്റെ അപ്പച്ചൻ പ്രവർത്തിച്ചിരുന്നത്. എറണാകുളം നോർത്ത് സ്റ്റേഷനടുത്തുള്ള "പപ്പൻ ചേട്ടൻ സ്മാരക ഓഡിറ്റോറിയം" സഞ്ചാര വേള യിൽ കാണുമ്പോൾ മനസ്സൊന്നു കുളിരും.

ഈ പഴമ്പുരാണം കൂടി കേട്ടുകഴിഞ്ഞതോടെ അപ്പച്ചൻ അച്ഛന്റെ ഏറ്റവുമടുത്ത സുഹൃത്തായി. 1992 ആഗസ്ത് 5 ന് അപ്പച്ചന്റെ മരണവാർത്ത യറിഞ്ഞപ്പോൾ പത്മനാഭൻ നായർ ദുഃഖം മനസ്സിലൊളിക്കുന്നത് ഞാൻ ശ്രദ്ധിച്ചു. അതാണ് സ്നേഹം, അതുതന്നെയാണ് കമ്യൂണിസവും!

കേരള സമാജമെന്ന വടവൃക്ഷം

മദിരാശി കേരള സമാജം

മലയാളത്തിന്റെ വിത്തുപാകി ശ്രീ. കെ പത്മനാഭൻ നായർ തമിഴ് മണ്ണിൽ മുളപ്പിച്ചെടുത്ത മദിരാശി കേരള സമാജമിന്ന് സഹസ്രസശാഖികൾ വിരിച്ച് 75-ാം വർഷത്തിലെത്തി നില്ക്കുന്നു. ഈ വടവൃക്ഷത്തിന് താങ്ങും തണലുമായി പ്രവർത്തിച്ച് മൺമറഞ്ഞവരെയും ഇപ്പോഴും താങ്ങായി നില്ക്കുന്നവരെയും ഓർമ്മിക്കുക. അവരെ നിങ്ങൾക്കു പരിചയപ്പെടുത്തുകയെന്ന മഹാദൗത്യം കൂടി എന്നിൽ നിക്ഷിപ്തമാണ്.

മധുരമലയാളത്തിന്റെ വക്താക്കൾ

സഖാവ് ഇ എം എസിന്റെ ഉപദേശപ്രകാരം സാധാരണ ജനങ്ങൾക്ക് പ്രയോജനപ്പെടുന്ന ശക്തമായ ഒരു നിയമാവലിയുടെ ചട്ടക്കൂടിൽ സ്വാർത്ഥതയുടെ കണികപോലുമില്ലാതെ, സമാജത്തെ നയിച്ച പ്രഗത്ഭരിൽ ഏറ്റവുമൊടുവിലത്തെ കണ്ണികളാണ് 15 വർഷം സമാജം പ്രസിഡന്റായി തുടരുന്ന ഡോക്ടർ ടി എം ആർ പണിക്കരും 10 വർഷം ജനറൽ സെക്രട്ടറിയായി സേവനമനുഷ്ഠിക്കുന്ന ശ്രീ. കുമ്പളങ്ങാട് ഉണ്ണികൃഷ്ണനും.

ഇ എം എസ്

ഏതാണ്ട് 26 വർഷം മുമ്പ് മദിരാശിയിലെത്തിയ വള്ളുവനാട്ടുകാരനായ ശ്രീ. കുമ്പളങ്ങാട് ഉണ്ണികൃഷ്ണൻ 1990 ലാണ് കേരള സമാജത്തിലെ അംഗമായത്. അന്നു മുതൽ സ്ഥാപകസെക്രട്ടറിയായ കെ പത്മനാഭൻ നായരുമായി അടുപ്പത്തിലുമായി. സാഹിത്യാഭിരുചിയുള്ള ഉണ്ണികൃഷ്ണന് അധികനാൾ വേണ്ടിവന്നില്ല സമാജത്തിന്റെ കലാവിഭാഗമായ കലാവേദിയുടെ സെക്രട്ടറിയാകാൻ. തുടർന്ന് സമാജത്തിന്റെ ഉത്തരവാദിത്വപ്പെട്ട ഖജാൻജി പദവിയലങ്കരിക്കുന്നു. പത്മനാഭൻ നായർക്കു ശേഷമുണ്ടായ പ്രഗത്ഭരായ സമാജം നേതാക്കളുടെ കൂട്ടത്തിൽ, രാവുണ്ണിമേനോൻ, പി ജി പൊതുവാൾ, എസ് എസ് പിള്ള, തലശ്ശേരി രാഘവൻ, മാധവ പിഷാരടി, എം എ എബ്രഹാം തുടങ്ങിയവരെ ഉണ്ണികൃഷ്ണൻ അനുസ്മരിക്കുന്നു.

സംഘടനാ വൈഭവംകൊണ്ട് പത്മനാഭൻ നായർ സമാജത്തിൽ ആദരണീയനായിരുന്നുവെങ്കിലും സാമ്പത്തിക സഹായം ചെയ്തും സമാജം കെട്ടിടത്തിന്റെ പൂർത്തീകരണത്തിനും നിസ്വാർത്ഥ സേവനമനുഷ്ഠിച്ച വ്യക്തിയായിരുന്നു ഡോക്ടർ സി ആർ കൃഷ്ണപിള്ള.

ശ്രീ. എ കെ ഗോപാലന്റെ സഹകരണത്തോടെ പണിതുയർത്തിയ സമാജം അനുദിനം വളർന്നുവികസിക്കുകയായിരുന്നു. മണ്ണെണ്ണ വിളക്കിന്റെ മങ്ങിയ വെളിച്ചത്തിൽ പ്രവർത്തനമാരംഭിച്ച സമാജം കാലങ്ങൾ പിന്നിട്ടുകൊണ്ട് വൈദ്യുതി വിളക്കിന്റെ പ്രകാശധാരയിൽ ജ്വലിക്കുന്ന ദീപസ്തംഭമായി. അതിൽ ഭാഗഭാക്കാകാൻ കഴിഞ്ഞതിൽ കുമ്പളങ്ങാട് ഉണ്ണികൃഷ്ണൻ സന്തോഷമഴയിൽ കുളിച്ചുനില്ക്കുന്നു. തുടക്കം മുതല്ക്കേ പത്മനാഭൻ നായരുടെ വാത്സല്യവും സ്നേഹവും ലഭിച്ചിരുന്നുവെന്ന് ചാരിതാർത്ഥ്യത്തോടെ ഓർമ്മിക്കുന്നു.

ഇപ്പോൾ പുതിയ കെട്ടിട സമുച്ചയത്തിന്റെ നിർമ്മാണ പ്രക്രിയയിലാണ് ഉണ്ണികൃഷ്ണൻ. സഹൃദയരായ മദിരാശി മലയാളികളിൽനിന്നും പിരിച്ചെടുത്ത മൂന്നു കോടിരൂപകൊണ്ട് കെട്ടിടത്തിന്റെ രണ്ടു നിലകൾ

എ കെ ജി

പൂർത്തീകരിച്ചുകഴിഞ്ഞിരിക്കുന്നു. 50 ലക്ഷം രൂപ അന്തരിച്ച എം എ എബ്ര ഹാമിന്റെ മാത്രം സംഭാവനയാണ്. ഒന്നാം നിലയിൽ സമാജം സ്കൂൾ പ്രവർത്തിച്ചു തുടങ്ങി. രണ്ടാം നില യിലെ എം എ എബ്രഹാം സ്മാരക സമിതി ഓഡിറ്റോറിയത്തിന്റെ ജോലി മകൻ റെജി എബ്രഹാമിന്റെ മേൽനോട്ടത്തിൽ നടന്നുവരുന്നു.

ആധുനികവും എന്നാൽ സാധാരണക്കാർക്ക് പ്രയോജനപ്പെ ടുന്ന വിധത്തിലുമുള്ള വിശാലമായ എ സി ഓഡിറ്റോറിയമാണ് മൂന്നാം നിലയിൽ പണിയാൻ പോകുന്നത്. 5 കോടി രൂപയാണ് ഇതിന്റെ ചെലവുദ്ദേശിക്കുന്നത്. അയനാംപാക്കത്ത് സമാജം വകയായിട്ടുള്ള ഒരേക്കർ ഭൂമി വിറ്റുകിട്ടുന്ന തുകയാണ് ഇതിനു വേണ്ടി ഉപയോഗിക്കുവാൻ പോകുന്നത്.

കേരള സമാജത്തിന്റെ പുതിയ കെട്ടിടസമുച്ചയം ഇതാണ് കുമ്പള ങ്ങാട് ഉണ്ണികൃഷ്ണൻ സ്വപ്നം. അതിനുവേണ്ടി അഹോരാത്രം സേവന മനുഷ്ഠിക്കുന്ന ഇദ്ദേഹത്തിന്റെ ഇപ്പോഴത്തെ ജീവിതചര്യ തന്നെ ത്രികോണ മാതൃകയിലായിരിക്കുന്നു. വീട് –ജോലിസ്ഥലം– സമാജം.

മദിരാശി കേരള സമാജം
ഒരു ചരിത്രാവലോകനം

മലയാളത്തിന്റെ സുഗന്ധം വീശിക്കൊണ്ട് പടർന്നുപന്തലിച്ചു നില്ക്കുന്ന 75 വയസ്സു പ്രായമുള്ള മദിരാശി കേരള സമാജത്തിന്റെ ചരിത്രകഥ വിവരിക്കാനുള്ള അറിവോ വിവരമോ എനിക്കില്ല. കാരണം എന്റെ മദിരാശി ജീവിതം സിനിമയാണ് അല്ലെങ്കിൽ സിനിമാപ്പാട്ടാണ്. സമാജത്തെക്കുറിച്ചുള്ള ചരിത്രാഖ്യാനം നേരോടെയും നെറിവോടെയുമെഴുതാൻ പ്രാപ്തനായ വ്യക്തി സമാജത്തിന്റെ മുതിർന്ന പ്രവർത്തകനായ ശ്രീ. എസ് എസ് പിള്ളയായിരിക്കും.

ശ്രീ. കെ പത്മനാഭൻ നായർ

ഓർമ്മയുടെ തിരിവെട്ടമെത്തുമ്പോഴേക്കും ഉൾക്കാമ്പിൽ അപൂർവ്വം വ്യക്തിത്വങ്ങൾ വന്നു പോകാറുണ്ട്. ഏതു മനുഷ്യന്റെയും ജീവിതത്തിൽ സ്വാർത്ഥകമായ ഒരു പ്രവൃത്തിപഥം കരുപ്പിടിപ്പിക്കാനും അതിലൂടെ സമൂഹത്തിന് തന്നാലാവത് ചെയ്യാനും മനസ്സ് കാണിക്കുന്നവരെ കണ്ടറിയാനും പ്രചോദനം നല്കി വഴികാട്ടിയാകാനും കഴിയുന്നവരെക്കുറിച്ചുള്ള ചിന്ത അത്തരം സാഹചര്യങ്ങളെ അനുഭവിക്കാൻ കഴിഞ്ഞവർക്ക് എന്നും എപ്പോഴും ആവേശം ഉണർത്തുന്നതായിരിക്കും ശ്രീ. കെ പത്മനാഭൻ നായർ എന്ന മഹത് വ്യക്തിത്വം അത്യാവേശകരമായ ഓർമ്മകളുടെ ഒരു പരമ്പര ഉണർത്തിവിടുന്നത് ഈ സാഹചര്യത്തിലാണ്.

ഇന്ത്യൻ നാഷണൽ കോൺഗ്രസിന് അധികാരലബ്ധിക്കുശേഷമുണ്ടായ അപചയത്തിൽ മനസ്സ് നീറിയ അനേകായിരം പേർ കമ്യൂണിസ്റ്റു ആശയത്തിൽ ആകൃഷ്ടരായ ഇടതുസഹയാത്രികരെയായിരുന്നുവല്ലോ 1950 കളിൽ കേരളം കണ്ടത്. മദ്ധ്യതിരുവിതാംകൂറിൽ അത്തരം ഒരു സാഹചര്യത്തിൽ സജീവ രാഷ്ട്രീയാടിത്തറയുള്ള ഒരു കുടുംബപശ്ചാത്തലത്തിൽ

സ്കൂൾ വിദ്യാഭ്യാസകാലത്തുതന്നെ സ്റ്റുഡൻസ് ഫെഡറേഷനിലൂടെ വിദ്യാർത്ഥി രാഷ്ട്രീയത്തിൽ സജീവമായി. തുടർന്ന് എൻ എസ് എസ് കോളേജിൽ പഠനകാലത്ത് ലോകത്തെ ആദ്യത്തെ തിരഞ്ഞെടുക്കപ്പെട്ട കമ്യൂണിസ്റ്റ് മന്ത്രിസഭയ്ക്കെതിരായ വിമോചനസമരവും പിരിച്ചുവിടലും സൃഷ്ടിച്ച അന്തരീക്ഷത്തിൽ അതിനെതിരായ സാഹസികമായ പോരാട്ടങ്ങളുടെ അനുഭവങ്ങൾ. ഇവയെല്ലാം സ്വാംശീകരിച്ചു. അങ്ങനെ രൂപപ്പെട്ട ഒരു പ്രവർത്തന ദാഹവുമായി മദിരാശിയിൽ എത്തിയപ്പോൾ അതാ മുന്നിലെത്തുന്നു ഒരു പ്രവർത്തനവേദി. അതായിരുന്നു മദിരാശി കേരളസമാജം. ഒപ്പം സമാജം എന്നാൽ ആര്? എന്ത്? എന്നുള്ള ചോദ്യങ്ങൾക്കെല്ലാം ഉത്തരമായിരുന്നു കെ പത്മനാഭൻ നായർ എന്ന അതികായനായ മനുഷ്യനും.

1962 ഡിസംബർ 15 ന് മദിരാശിയിലെത്തി ജോലിയിൽ പ്രവേശിച്ചു എങ്കിലും ക്രിസ്തുമസ് അവധി പ്രമാണിച്ച് തിരികെ പോവുകയും സ്ഥിരമായ വരവ് 1963 ജനുവരി 2 ലേക്ക് മാറുകയുമായിരുന്നു. മദിരാശി കേരള സമാജത്തിന് ഉണ്ടായിരുന്ന പത്തോളം ശാഖകളിൽ ഏറ്റവും ശക്തമായ അയനാവരം പെരമ്പൂർ ശാഖയുടെ വർഷാന്ത പൊതുയോഗം ജനുവരി 13 ന് ഇതിനിടയിലുള്ള ചുരുങ്ങിയ ദിവസങ്ങൾക്കകം തന്നെ സുഹൃത്ബന്ധം സ്ഥാപിച്ചിരുന്ന ഇടതുപക്ഷ പ്രവർത്തകനായിരുന്ന ശ്രീ. എ വാസുദേവൻ ശാഖാ നേതൃത്വത്തിലുണ്ടായിരുന്നു. അദ്ദേഹത്തിന്റെ ക്ഷണപ്രകാരം പ്രസ്തുത പൊതുയോഗത്തിൽ പങ്കെടുക്കുകയും പൊതുയോഗത്തിന്റെ അനുവാദത്തോടെ അംഗത്വം തരുകയുമായിരുന്നു. പുതുതായി തെരഞ്ഞെടുക്കപ്പെട്ട പ്രവർത്തനസമിതിയിലേക്കു അവിടെവച്ചുതന്നെ പേരും ചേർക്കപ്പെട്ടു. അങ്ങനെ മദിരാശിയിൽ എത്തി പത്തുദിവസത്തിനുള്ളിൽ മദിരാശി കേരള സമാജമെന്ന മഹത്തായ സംഘടനയുടെ പ്രവർത്തകസമിതിയംഗമെന്ന നിലയിൽ നേതൃനിലയിൽ കണ്ണിചേർക്കപ്പെട്ടു. തികച്ചും ആകസ്മികമായിരുന്നു. ശാഖാ പ്രവർത്തകസമിതി അംഗമെന്ന നിലയിൽ ശാഖാകാര്യദർശി ശ്രീ. നെയ്യാറ്റിൻകര ഗോപി എന്ന ഗോപിച്ചേട്ടനും ചേർന്ന് മദിരാശി കേരളസമാജത്തിന്റെ പൂനമല്ലിഹൈറോഡിലുള്ള പുതിയ ആസ്ഥാനത്തേക്ക് പോയതും ജീവിതത്തിൽ ആദ്യമായി ആൾ ഇന്ത്യാ റേഡിയോയുടെ ശബ്ദതരംഗത്തിലൂടെ മാത്രം കേട്ടറിഞ്ഞിട്ടുള്ള കെ പത്മനാഭൻ നായർ എന്ന മദിരാശി മലയാളികളുടെ നേതാവിനെ ആദ്യമായി കണ്ടതും ഓർക്കുന്നു.

ഈ ചെറുപ്പക്കാരന്റെ പശ്ചാത്തലം മനസ്സിലാക്കിയ അദ്ദേഹം പറഞ്ഞു. “നന്നായി പ്രവർത്തിക്കാൻ ഇടം ഇവിടെയുണ്ട്. സമാജം അത് നിങ്ങൾക്കെല്ലാമുള്ളതാണല്ലോ.” പറഞ്ഞതിൽ പ്രലോഭനമായിരുന്നില്ല പ്രത്യുത പ്രചോദനത്തിന്റെ ശംഖനാദമായിരുന്നു.

1963 ൽ സമാജം ശാഖാപ്രവർത്തക സമിതി അംഗമായിരുന്നുവെങ്കിൽ അടുത്ത വർഷം തന്നെ സഹകാര്യദർശിയായും 1965 ൽ തന്നെ

കാര്യദർശിയായും തിരഞ്ഞെടുക്കപ്പെട്ടു. ശ്രീ. പത്മനാഭൻ നായരുടെയും ഒപ്പം അതിനകം തന്നെ പരിചയവലയത്തിലായിരുന്ന കേന്ദ്രസമാജത്തിന്റെ നേതൃത്വനിരയിൽ എത്തിക്കഴിഞ്ഞിരുന്ന രാമുണ്ണി മേനോൻ, പി സി ചെറിയാൻ തുടങ്ങിയവരുടെയും അഭിപ്രായംകൂടി ഈ സ്ഥാനലബ്ധികളിൽ ഉണ്ടായിരുന്നുവെന്ന് പിന്നീട് മനസ്സിലായി. ഇടതുപക്ഷാശയത്തിന്റെ പ്രചാരകനാകാൻ സാദ്ധ്യതയുള്ള ഒരു ചെറുപ്പക്കാരനെക്കൂടി ലഭിക്കുകയെന്നതും സാമൂഹ്യപ്രവർത്തനത്തിനൊപ്പം അന്നു വളരെ പ്രാധാന്യമുള്ളതായിരുന്നുവല്ലോ. മദിരാശി മലയാളികളുടെ സാംസ്കാരിക സാമൂഹിക പ്രവർത്തനരംഗത്തു സമൂലം നിറഞ്ഞുനിന്ന മദിരാശി കേരള സമാജത്തിന്റെ നേതൃത്വനിരയിൽ എത്താൻ ചെറുപ്രായത്തിൽത്തന്നെ അംഗീകാരം കിട്ടി എന്നതിനെ ഇന്നും പൊതുരംഗത്തു നില്ക്കാൻ കഴിയുന്ന ഒരു എളിയ പ്രവർത്തകനു നല്കുന്ന ആത്മസംതൃപ്തി സീമാതീതമാണ്. സമാജം കാരണവരുടെയും ജ്യേഷ്ഠന്മാരുടെയും മനസ്സിൽ കടന്നുകൂടിയ ആശയത്തിന്റെ വ്യാപ്തി പിന്നീടുള്ള അവരുടെ തീരുമാനങ്ങളിൽ നിന്നും വ്യക്തമാണ്. ശാഖാകാര്യദർശി എന്ന നിലയിൽ കേന്ദ്രകമ്മിറ്റിയിൽ സ്വാഭാവികമായി അംഗമായി. അങ്ങനെ 1965 മുതൽതന്നെ കേന്ദ്രസമാജം കമ്മിറ്റിയിൽ പങ്കെടുക്കുക പതിവായി. കൂടുതൽ ഇടപഴകാനും ആശയവിനിമയം നടത്താനുമുള്ള അവസരവും കൈവന്നു.

മദിരാശി കേരള സമാജത്തിന്റെ പ്രസിദ്ധീകരണമായ *കേരളോപഹാരം* വാർഷിക പതിപ്പായി പ്രസിദ്ധീകരിക്കുന്നുണ്ടായിരുന്നു. മലയാളത്തിലെ ഉന്നത സാഹിത്യകാരന്മാരുടെ സാഹിത്യസംഭാവനകൾ *കേരളോപഹാര*ത്തിന്റെ പ്രത്യേകതയായിരുന്നു. അതിന്റെ പിന്നിലും ശ്രീ. പത്മനാഭൻ നായരുടെ നേതൃത്വമായിരുന്നു പ്രവർത്തിച്ചിരുന്നത്. ശാഖാകാര്യദർശിയായി സ്ഥാനമേറ്റ വർഷം മദിരാശി കേരള സമാജത്തിന്റെ ശാഖയിൽനിന്നും ആദ്യമായി ഒരു പ്രസിദ്ധീകരണം വെളിയിടണമെന്ന് ആഗ്രഹവും ആശയവും ഉണ്ടായതിനെ കമ്മിറ്റിയിൽ അവതരിപ്പിക്കുകയും എല്ലാവരും ഉത്സാഹത്തോടെ സമ്മതിക്കുകയും ചെയ്തു. അതിനുമുമ്പായി തന്നെ ആണ് സംഘടനാ രംഗങ്ങളിൽ സാംസ്കാരിക സാഹിത്യപ്രവർത്തനത്തിന്റെ ഭാഗമായി സാധാരണയായിരുന്ന കൈയെഴുത്തു മാസിക *കിരണങ്ങൾ* എന്ന പേരിൽ വർഷാദ്യം തന്നെ തുടങ്ങിയിരുന്നു. എന്നാൽ വാർഷിക പതിപ്പായി അതു പ്രസിദ്ധീകരിക്കുക എന്നത് ഒരു ശാഖയെ സംബന്ധിച്ച് പ്രായോഗികമാണോ എന്ന സംശയം എല്ലാവർക്കുമുണ്ടായിരുന്നു. അവിടെയും എത്തി ശ്രീ. പത്മനാഭൻ നായർ എന്ന പ്രചോദകശക്തി. ധൈര്യമായി മുന്നോട്ടുപോകാമോ എന്നൊരു ചോദ്യം കൃത്യമായി ചോദിച്ചതും തീർച്ചയായും എന്നു മറുപടി പറഞ്ഞതും ഇന്നത്തെപ്പോലെ ഓർമ്മിക്കുന്നു. പ്രവർത്തിക്കേണ്ട ദിശകളെയും ബന്ധപ്പെടാവുന്ന വ്യക്തികളെയും ഏകദേശമായി പറഞ്ഞു തരികയും ചെയ്തു. സാഹിത്യകാരന്മാരെ കാണാൻ തിരുവനന്തപുരത്ത് എ ഐ ആറിൽ ടി എൻ ഗോപിനാഥൻ നായർ, നാഗവള്ളി ആർ എസ് കുറുപ്പ്, കൂടാതെ തിരുനെല്ലൂർ കരു

ണാകരൻ, തൃക്കൊടിത്താനം ഗോപിനാഥൻ നായർ തുടങ്ങിയവരെ കാണ ാനുള്ള ധൈര്യം പകർന്നു തന്നത് പത്മനാഭൻ നായരായിരുന്നു. നേരിട്ടു വിളിക്കില്ല എന്നാൽ ധൈര്യമായി പേരുപയോഗപ്പെടുത്തിക്കൊള്ളാൻ അനുവാദവും തന്നു. അന്നു സാഹിത്യ പ്രവർത്തനരംഗത്ത് മദിരാശിയിൽ സജീവമായിരുന്ന പി കെ പരമേശ്വരൻ സമാജത്തിന്റെ സാമ്പത്തിക സമാഹരണത്തിൽ സജീവമായിരുന്ന എം എം രാജൻ തുടങ്ങിയവരുടെ പിന്തുണ ഉറപ്പാക്കിത്തരികയും ചെയ്തു. അതുമാത്രമല്ല പ്രസിദ്ധീകരണത്തിൽ ഒരിടത്തും ഒരു ബന്ധപ്പെടുത്തലിലൂടെയും അദ്ദേഹത്തിന്റെ പേരു ഉണ്ടായിരിക്കരുത് എന്ന നിബന്ധനയും. അതായിരുന്നു ശ്രീ. കെ പത്മനാഭൻ നായർ, എന്തിനേറെ *കിരണങ്ങൾ* പ്രസിദ്ധീകരിക്കപ്പെട്ടു. കേരള സമാജം എന്ത്? എന്തിന്? എന്ന് മദിരാശി മലയാളികൾ ഇന്നും എന്നും അറിഞ്ഞിരിക്കേണ്ട വസ്തുതകൾ അടങ്ങിയ ശ്രീ. പത്മനാഭൻ നായരുടെ ലേഖനത്തോടുകൂടി.

ഇതിനിടയിൽ രാഷ്ട്രീയ രംഗത്ത് അടിസ്ഥാനപരമായി വന്നുപെട്ട മാറ്റങ്ങൾ സമാജം പ്രവർത്തനരംഗത്തും മാറ്റി മറിച്ചിലുകൾക്ക് കാരണമായി. 1964 ൽ കമ്യൂണിസ്റ്റ് പാർട്ടിയിൽ പിളർപ്പുണ്ടായതിനെത്തുടർന്ന് സമാജം പ്രവർത്തനരംഗത്തുണ്ടായിരുന്ന ഏറിയ പങ്കും ഇടതിൽ ഉറച്ചു നിന്നു.

ഇപ്പോഴും ഓർക്കുന്നു. ശ്രീ. പത്മനാഭൻ നായർ കൃത്യമായി ഒരിടം ആദ്യം തെരഞ്ഞെടുത്തിരുന്നില്ല. എങ്കിൽപ്പോലും ഇടതുഭാഗത്തുറച്ചു നിന്ന പ്രവർത്തകർക്ക് കൂടെ നിർത്താനുള്ള പ്രയാസം ഇളം തലമുറക്കാരനായ എനിക്ക് മനസ്സിലായി. വ്യക്തമായി നിലയുറപ്പിച്ചവരായിരുന്നു ഞങ്ങളുൾപ്പെടെ ബഹുഭൂരിപക്ഷവും. ആശയപരമായ ഈ വൈരുദ്ധ്യങ്ങൾക്കും പ്രയാസങ്ങൾക്കുമിടയിലാണ് ശ്രീ. പത്മനാഭൻ നായരുടെ നേതൃത്വത്തിൽ കേരള വിദ്യാലയത്തിന്റെ തുടക്കംകുറിച്ചതും സമാജത്തിന്റെ രജതജൂബിലി 1967 ൽ ശ്രീ. പത്മനാഭൻ നായരുടെ തന്നെ നേതൃത്വത്തിൽ വിപുലമായി നടത്തിയതും. അവിടെയും ശ്രീ. പത്മനാഭൻ നായർ സോവനീർ കമ്മിറ്റിയുടെ സാഹിത്യവിഭാഗം കൺവീനറായി എന്നെ ഭാരമേല്പിച്ചു. അത്ഭുതമോ അഭിമാനമോ സന്തോഷമോ എല്ലാം ചേർന്ന ഒരു സമ്മിശ്ര വികാരമായിരുന്നു ഉണ്ടായത്. സമാജം രജതജൂബിലിയോടനുബന്ധിച്ച് പ്രസിദ്ധീകരിക്കാനുള്ള *കേരളോപഹാര*ത്തിന്റെ ചുമതല മദിരാശിയിൽ എത്തി പ്രവർത്തനരംഗത്ത് കഷ്ടിച്ച് അഞ്ചുവർഷം കൂടി ആകാത്ത ഒരു ചെറുപ്പക്കാരനെ അത്തരത്തിലുള്ള ഒരുത്തരവാദിത്വം ഏല്പിക്കുക. ഇന്നും ഓർക്കുമ്പോൾ എന്നിലുള്ള ആ വിശ്വാസത്തിൽ വിനീതനാകുന്നു. ഔദ്യോഗികമായ പല പ്രശ്നങ്ങളും ആ നല്ല മനുഷ്യന്റെ ജീവിതത്തിൽ അലോസരങ്ങൾ സൃഷ്ടിച്ചിട്ടുള്ളപ്പോഴും സംഘടനാപ്രവർത്തനങ്ങളുടെ വഴിച്ചാലുകൾ തെളിയിച്ചിടാനും പ്രവർത്തനവ്യൂഹത്തെ എപ്പോഴും എന്തിനും സന്നദ്ധമാക്കി നിർത്താനും അദ്ദേഹത്തിനു കഴിഞ്ഞിരുന്നു.

പി ഭാസ്കരൻ

"ആയിരത്തിത്തൊള്ളായിരത്തി നാല്പത്തിയേഴിൽ മദിരാശിയിൽനിന്ന് ശ്രീ. കെ പത്മനാഭൻ നായരുടെ നേതൃത്വത്തിൽ പ്രസിദ്ധീകരണമാരംഭിച്ച *ജയകേരളം* എന്ന ഇന്ത്യയിലെ ആദ്യത്തെ മറുനാടൻ മലയാളിവാരികയുടെ പത്രാധിപസമിതിയിലെ ഒരംഗം എന്ന നിലയിലാണ് എന്റെ സ്ഥിരമായ മദിരാശി ജീവിതം ആരംഭിക്കുന്നത്. മദിരാശി കേരള സമാജത്തിന്റെ ജീവാത്മാവും പരമാത്മാവുമായിരുന്നു പത്മനാഭൻനായരെന്നു പറയാം. എഗ്മൂർ നേരമുത്തു ഗാർഡൻ തെരുവിലെ കലാനിലയം ലോഡ്ജ് കേരള സമാജത്തിന്റെ രണ്ടാമത്തെ ആഫീസ് ആണെന്നു പറയണം. ഞാൻ കലാവകുപ്പു സെക്രട്ടറിയായ ആദ്യവർഷം കേരളവർമ്മ പഴശ്ശിരാജായുടെ കഥ നാടകമാക്കി അവതരിപ്പിക്കാൻ തീരുമാനിച്ചു. ഞങ്ങൾ ആലോചിച്ചപ്പോൾ ശ്രീ. കപ്പന കൃഷ്ണ മേനോൻ എഴുതിയിരുന്ന *കേരളവർമ്മ പഴശ്ശിരാജ* എന്ന നാടകത്തിന് രംഗാവിഷ്കരണ സാദ്ധ്യതകൾ വളരെ കുറവാണെന്നു കണ്ടു. (രംഗത്തിൽ കരിമരുന്നു നിറച്ചുപാറകൾ പൊട്ടിക്കുന്നതെല്ലാം നാടകത്തിലുണ്ടായിരുന്നു) കലാനിലയത്തിൽ വച്ചു ഞാനും പത്മനാഭൻ നായരും രാമകൃഷ്ണേട്ടനും (നാടൻ) ഡോ. എസ് കെ നായരും കൂടി ചർച്ച ചെയ്ത് ഒരു പുതിയ പഴശ്ശിരാജ നാടകം എഴുതി ഉണ്ടാക്കി. ഒരുപക്ഷേ, നാലു നാടകകൃത്തുക്കൾ കൂടി ഒരു നാടകം എഴുതി അവതരിപ്പിച്ചത് ലോകനാടകചരിത്രത്തിൽതന്നെ ആദ്യമായിട്ടായിരിക്കും. *പഴശ്ശിരാജ*യിൽ പത്മനാഭൻ നായരായിരുന്നു കേരളവർമ്മ. തുടർന്ന് കൈനിക്കര പത്മനാഭപിള്ളയുടെ കാൽവരിയിലെ കല്പാദപം അവതരിപ്പിച്ചതിൽ പത്മനാഭൻ നായർ, 'യൂദാസ്', കെ ബാലകൃഷ്ണമേനോൻ 'യേശുക്രിസ്തു,' ശാന്താ പി നായർ മാർത്തയുമായിരുന്നു. പത്മനാഭൻ നായർ സംഘടനാ നേതാവും നാടകനടനും സാഹിത്യകാരനുമായിരുന്നു.

പി ഭാസ്കരൻ

പവനൻ

"എന്നെ ഞാനാക്കുന്നതിൽ മദിരാശി കേരളസമാജവും അതിന്റെ സെക്രട്ടറിയായിരുന്ന കെ പത്മനാഭൻ നായരും വഹിച്ച പങ്ക് എനിക്ക് ഒരിക്കലും മറക്കാനാവില്ല. സംഘടനാപ്രവർത്തനത്തിന്റെ മാതൃക മനസ്സിലാക്കുന്നതു പത്മനാഭൻ നായരിൽനിന്നാണ്. സംഘടനാ പ്രവർത്തകരുടെ കഴിവ് അംഗീകരിക്കാനും ആ കഴിവനുസരിച്ച് അവരെക്കൊണ്ടു പ്രവർത്തിപ്പിക്കാനും പത്മനാഭൻ നായർക്കുള്ള കഴിവ് അത്ഭുതകരമാണ്. എന്നെ ആദ്യമായി ഒരു പത്രമാഫീസിലേക്ക് ആനയിച്ചതും അദ്ദേഹം തന്നെ. *ജയകേരള*ത്തിൽ; *ജയകേരളം* എന്റെ ജീവിതത്തിൽ വഴിത്തിരിവു കുറിച്ചു."

കുറിപ്പു നീണ്ടു പോകുന്നതുകൊണ്ട് എല്ലാമിവിടെ ആവർത്തിക്കുന്നില്ലെങ്കിലും അദ്ദേഹത്തിന്റെ നേതൃത്വ പാടവത്തിനുള്ള മറ്റൊരു അനുഭവം കൂടി പറഞ്ഞുകൊള്ളട്ടെ.

നേരത്തെ സൂചിപ്പിച്ചതുപോലെ *കേരളോപഹാരം* വിശേഷാൽ പതിപ്പിന്റെ പ്രവർത്തനം തകൃതിയായി നടന്നുകൊണ്ടിരിക്കുന്നു. അതിൽ ഉൾക്കൊള്ളിക്കേണ്ട ഫോട്ടോകൾ തെരഞ്ഞെടുക്കുന്ന പ്രക്രിയ. ശ്രീമാന്മാർ എം എസ് മേനോൻ, അച്യുതൻനായർ (അച്ചുവേട്ടൻ), രണ്ടു വൈസ്പ്രസിഡന്റുമാർ, അച്ചുവേട്ടൻ തിരികെ എത്താനുള്ള രീതിയിൽ ആയിരുന്നെങ്കിലും ഏറെ ദിവസങ്ങളായി നാട്ടിലാണ്. ഫോട്ടോ കിട്ടാൻ ശ്രമിക്കണം. ഞാനതിന്റെ പ്രവർത്തനത്തിലായിരുന്നു. എന്നാൽ, എം എസ് മേനോന്റെ ഫോട്ടോ മാത്രം മതി. കാര്യം മുന്നോട്ടു നീങ്ങട്ടെ എന്ന് പത്മനാഭൻ നായർ നിർദ്ദേശം നല്കിയപ്പോൾ രണ്ടുപേരിൽ ഒരാളുടെ ഫോട്ടോ മാത്രം ഇടുന്നതിലുള്ള ശരികേടു ചൂണ്ടിക്കാണിച്ച് ഉടനെതന്നെ ഏർപ്പെടുത്തിക്കൊള്ളാമെന്ന് മറുപടി കൊടുത്തു. അല്പം കർക്കശമായി പറഞ്ഞതുതന്നെ ചെയ്താൽ മതി എന്നൊരു ശാസന ഉണ്ടായി. ചെറുപ്പത്തിന്റെ തിളപ്പിൽ കൈയിലിരുന്ന ഫയൽ മേശമേൽ എറിഞ്ഞിട്ട് ഇറങ്ങിപ്പോന്ന രംഗം ഇന്നും മനസ്സിൽ തെളിയുന്നു. പാർട്ടിയുടെ പിളർപ്പിൽ അച്ചുവേട്ടൻ ശക്തമായി ഇടതുവശം നില്ക്കുന്ന വ്യക്തിയായതിന്റെ പേരിൽ ഒരു വിവേചനത്തിന്റെ അംശം അദ്ദേഹത്തിന്റെ തീരുമാനത്തിൽ ഉണ്ടായിരുന്നോ എന്നൊരു ചിന്ത ഈ അതിരുകടന്ന പ്രതികരണത്തിൽ ഉണ്ടായിരുന്നുവോ എന്നതും ഒരു സത്യമാവണം. പക്ഷേ, ഇറങ്ങിപ്പോന്ന എന്നെ തൊട്ടടുത്ത ദിവസം രാവിലെ നേരിട്ടുവിളിക്കാൻ സാദ്ധ്യമല്ലാതിരുന്ന സാഹചര്യത്തിൽ മറ്റാരും ഒരിക്കലും ധൈര്യപ്പെടാത്ത തരത്തിൽ റെയിൽവേയിലെ എന്റെ വകുപ്പിന്റെ വലിയ മേധാവിയെ തന്നെ ഫോണിൽ ബന്ധപ്പെട്ട് എന്നെ ഫോണിലേക്കു വിളിപ്പിച്ച് പറഞ്ഞതും ഇത്തരുണത്തിൽ കാതിൽ മുഴങ്ങുന്നു. പിള്ള വന്നു ഫയൽ എടുക്കുക. പ്രവർത്തനം തുടരണം. ഫോട്ടോ വേഗം സംഘടിപ്പിച്ചോളൂ. അദ്ദേഹം പറഞ്ഞാൽ

എത്രയോ പ്രവർത്തന പരിചയമുള്ള ആളുകൾ ആ പ്രവർത്തനത്തെ മുന്നോട്ടു കൊണ്ടുപോകാനുണ്ടെന്നിരിക്കെ എന്നെ ബുദ്ധിമുട്ടി വിളിച്ച് രംഗത്തു തുടരാൻ പറഞ്ഞ നിമിഷം ഒരാചാര്യന്റെയോ ഗുരുവിന്റെയോ രക്ഷിതാവിന്റെയോ ഒക്കെ മുഖം ഞാൻ ഉൾക്കാമ്പിൽ ദർശിച്ചു.

കലയോടൊപ്പം കായികവും

ഒരുപാടു സവിശേഷതകൾകൊണ്ട് ഞാൻ പത്മനാഭൻ നായരെ പൊതിഞ്ഞിട്ടുണ്ടെങ്കിലും ഒരു വിശേഷണമെഴുതാൻ വിട്ടുപോയി. ഞങ്ങളുടെ മകൻ അതായത് പത്മനാഭൻ നായരുടെ കൊച്ചുമകൻ ആലാപാണ് അതേക്കുറിച്ച് സൂചിപ്പിച്ചത്. അവന്റെ കാഴ്ചപ്പാടിൽ അപ്പൂപ്പൻ ഒരു കലാകാരനിലുപരി ഒരു കായികപ്രേമിയെന്നാണ്. ചെറുപ്പം മുതല്ക്കേ അവനൊരു കായിക പ്രേമിയാകാനുള്ള പ്രചോദനം ലഭിച്ചത് അപ്പൂപ്പനിൽ നിന്നുമാണ്. അതും അശോക് നഗറിലെ ജീവിതത്തിൽ.

ടെലിവിഷൻ പ്രാബല്യത്തിൽ വന്ന സമയം. ക്രിക്കറ്റ് കളി ടി വിയിൽ കണ്ടുകൊണ്ട് അതിന്റെ വിവരണം റേഡിയോയിൽ കേൾക്കുകയും ചെയ്യുന്ന അപൂർവ്വ കായിക പ്രേമികൂടിയായിരുന്നു പത്മനാഭൻ നായർ. ചൂട് ചായ മണിക്കൂറുകളോളം കഴിഞ്ഞ് കുടിക്കുന്ന സമയത്തുള്ള ശാന്താപി നായരുടെ ശകാരവും ഞാൻ കേട്ടിട്ടുണ്ട്. കൗമാരത്തിൽ പത്മനാഭൻ പയ്യന്നൂരിലെ ഫുട്ബോൾ കളിക്കാരനായിരുന്നു. ബാല്യത്തിലും കൗമാരത്തിലും യൗവനത്തിലും ഫുട് ബോളിനോടായിരുന്നു കമ്പം. അങ്ങനെയാണ് തിരുവനന്തപുരം ആകാശവാണിയിൽ ഫുട്ബോൾ കമന്റേറ്ററുമായത്.

ക്രിക്കറ്റ് പ്രേമം നിലനില്ക്കേ ആലാപ് ഒരു ബേസ് ഗിറ്റാർ വാദകനും തമിഴ് സിനിമയിലെ പ്രശസ്തനായ പിന്നണിഗായകനായതും അപ്പൂപ്പനറിയാതെ പോയത് ആലാപ് രാജുവിന്റെ മനസ്സിലെ നൊമ്പരമാണ്. കൊച്ചുമകൻ അപ്പൂപ്പനെയോർമ്മിക്കുന്നതിങ്ങനെയെങ്കിൽ അമ്മൂമ്മയെക്കുറിച്ചുള്ള അനുസ്മരണം മറ്റൊരുതരത്തിലാണ്. തന്റെ കമ്പ്യൂട്ടർ മുറിയിലായിരുന്നു പാടാറുള്ളത് അമ്മൂമ്മ ശ്രദ്ധിക്കുമായിരുന്നത്രെ. ശ്രുതിശുദ്ധമായി പാടുന്നതിനെക്കുറിച്ച് ലതയോടും അവർ പറയുമായിരുന്നു. പിന്നെ അവൻ

കുറച്ചുകൂടി ഗൗരവത്തോടെ പാടാൻ തുടങ്ങിയത് അമ്മൂമ്മയുടെ പ്രോത്സാഹനത്തോടെയായിരുന്നു. അവന്റെ സംഗീതം വളരുന്നത് ഞാനും ലതയും അറിഞ്ഞുമില്ല. കമ്പ്യൂട്ടറിലൂടെ അവൻ തന്റെ പാട്ടും ഗിറ്റാർ വായനയും കേൾപ്പിക്കുന്നു. പിന്നെയെല്ലാം പെട്ടെന്നായിരുന്നു. ഞങ്ങളറിയാതെ ആലാപ് ഒരുദിവസം ഹാരിസ് ജയരാജിന്റെ സംഗീതത്തിൽ *കോ* എന്ന തമിഴ് സിനിമയിൽ പാടുന്നു. രണ്ടുദിവസത്തിനകം പ്രഭുദേവയുടെ *എങ്കേയും കാതൽ* എന്ന ചിത്രത്തിലും പാടുന്നു. രണ്ടും പാടിയതിനുശേഷമാണ് ഞങ്ങളറിയുന്നത്. ദിവസങ്ങൾക്കകം രണ്ടു പാട്ടുകളും സൂപ്പർ ഹിറ്റായിരുന്നു. ഭാഗ്യം വളരെ പെട്ടെന്നാണ് ആലാപിനെ തഴുകിയത്.

താമസിയാതെ കമ്പ്യൂട്ടർ എഞ്ചിനീയർ ജോലി ഉപേക്ഷിച്ച് ഫുൾടൈം സിങ്ങറാകുന്നു. 75 ലേറെ സിനിമകളിൽ പാടിക്കഴിഞ്ഞ ആലാപ് രാജു ഇന്ന് തമിഴ് സിനിമാവേദിയിലെ അറിയപ്പെടുന്ന പിന്നണിപ്പാട്ടുകാരനാണ്. അതിനു വേണ്ടി ശ്രുതി മീട്ടിയ അമ്മൂമ്മ ശാന്താ പി നായർക്ക് കൊച്ചുമകന്റെ സിനിമാപ്രവേശം കാണാനുള്ള ഭാഗ്യമുണ്ടായില്ല. അപ്പൂപ്പനെയും അമ്മൂമ്മയെയുംകുറിച്ച് കൊച്ചുമകൾ അനുപമ ഓർക്കുന്നതിങ്ങനെ.

> അമ്മൂമ്മയെയും അപ്പൂപ്പനെയും കുറിച്ചെഴുതുന്നത് എന്നെക്കുറിച്ചുതന്നെ എഴുതുന്നതുപോലെയാണ്. അവരോടുള്ള എന്റെ സ്നേഹത്തിന്റെയും ആദരവിന്റെയും ബഹുമാനത്തിന്റെയും ഏറ്റവും കുറഞ്ഞ വിശേഷണവുമായിരിക്കുമിത്. കാരണം ആ ബന്ധം എന്റെ അക്ഷരങ്ങൾക്കുമപ്പുറമായിരിക്കും. ഒരു കുഞ്ഞായി, പെൺകുട്ടിയായി, യുവതിയായി അങ്ങനെ എല്ലാ ഘട്ടങ്ങളിലും അവരെനിക്കു നല്കിയ വാത്സല്യം, ലാളന, പരിഗണനന, ഉപദേശം, സാന്ത്വനം എല്ലാമെല്ലാം ഞാൻ വിശേഷിപ്പിക്കുന്നതിലുമധികമായിരിക്കും. എനിക്കവർ വെറും ഗ്രാന്റ് പാരെന്റ്സ് മാത്രമായിരുന്നില്ല. മറിച്ച് പാരെന്റ്സ് തന്നെയായിരുന്നു.
>
> സ്കൂൾ ജീവിതത്തിലെ ഒരു സംഭവമോർമ്മ വരുന്നു. വീട്ടിലെത്തിയ എന്റെയൊരു സഹപാഠി അമ്മൂമ്മയെക്കണ്ടപ്പോൾ വിശേഷിപ്പിച്ചതിങ്ങനെയാണ്.
>
> "നിന്റെ അമ്മൂമ്മയെക്കണ്ടാൽ അമ്മയാണെന്നേ തോന്നൂ.."
>
> പ്രധാന കാരണം വാർദ്ധക്യം തഴുകാത്ത അമ്മൂമ്മയുടെ സൗന്ദര്യവും ചെറുപ്രായക്കാരുടെ ചുറുചുറുക്കും പെരുമാറ്റശൈലിയുമായിരുന്നു. അമ്മൂപ്പനുമായിട്ടുള്ള എന്റെ സഹവാസം അല്പം വൈകിയായിരുന്നുവെങ്കിലും ഓർമ്മകൾ സമ്പന്നമാണ്. അശോക് നഗർ വീട്ടിൽ പഴക്കവും തറവാടിത്തവുമുള്ള ചാരുകസേരയിലിരുന്നുള്ള

അപ്പൂപ്പന്റെ പത്രം വായനയും എഴുത്തും എന്നിലേറെ കൗതുകമുളവാക്കിയിട്ടുണ്ട്. പത്രം വായനയ്ക്കുശേഷമുള്ള അമ്മൂമ്മയുടെയും അപ്പൂപ്പന്റെയും രാഷ്ട്രീയ സാമൂഹ്യ ചർച്ചകളും സംവാദങ്ങളും ഞാൻ പതിവായി ശ്രദ്ധിക്കുമായിരുന്നു. ഞാനും അപ്പൂപ്പനും തമ്മിൽ പല വിഷയങ്ങളെക്കുറിച്ചും ചർച്ച ചെയ്യുമായിരുന്നു. വാദപ്രതിവാദങ്ങൾ ചിലപ്പോൾ പിണക്കംവരെയെത്തുമെങ്കിലും ഒടുവിൽ സൗഹൃദത്തിൽ കലാശിക്കുകയും ചെയ്യും. അപ്പൂപ്പന്റേതായ വീക്ഷണങ്ങളും തീരുമാനങ്ങളും ശക്തവും സുദൃഢവുമായിരുന്നു. എന്റെയും അതുപോലെത്തന്നെ.

വളർത്തുമൃഗങ്ങളോട് അപ്പൂപ്പന് അമിത സ്നേഹവും വാത്സല്യവുമായിരുന്നു. ആ ശീലം പരമ്പരാഗതമായി എന്നിലുമെത്തി. സംഗീതത്തിലും സാഹിത്യത്തിലും രണ്ടുപേരും പ്രശസ്തരായിരുന്നു. അതിന്റെ തിരക്കിലും കൊച്ചുമക്കളായ എനിക്കും ആലാപിനും അളവിലേറെ വാത്സല്യവും സ്നേഹവും വാരിക്കോരാൻ അവർ മറക്കാറില്ല. എന്റെ ജീവിതത്തെത്തഴുകിയ ചില സൗഭാഗ്യങ്ങൾക്കും സാക്ഷിയാകുവാൻ അവരുണ്ടായിരുന്നില്ല എന്ന പരമമായ സത്യം എന്നെ വേദനിപ്പിക്കാറുണ്ട്. പക്ഷേ, എന്റെ ഇംഗ്ലീഷ് സാഹിത്യരചനകളും പുസ്തകപ്രകാശനങ്ങളും യു എസ് ടി ഗ്ലോബലിലെ ഉന്നത പദവിയും അകലങ്ങളിലിരുന്നു അമ്മൂമ്മയും അപ്പൂപ്പനും ആസ്വദിക്കുന്നുണ്ട്, അനുഗ്രഹിക്കുന്നുണ്ടെന്ന് ഞാൻ പൂർണ്ണമായും വിശ്വസിക്കുന്നു!

വിട പറയും മുമ്പേ

അടൂർഭാസി പത്മനാഭൻ നായർക്കൊപ്പം

യാത്രാമൊഴി മനസ്സിനെ വേദനിപ്പിക്കുന്ന ഒരു മുഹൂർത്തമാണ്. ഈ പുസ്തകത്തിന്റെ അവസാന താളുകളിലേക്ക് കടക്കുമ്പോൾ ഏതാണ്ടതുപോലൊരവസ്ഥയിലാണ് ഞാൻ.

അച്ഛൻ തന്നെ സമ്മാനിച്ച അശോക് നഗറിലെ പ്രഗതിയിൽ സ്ഥിര താമസമായതോടെയാണ് പത്മനാഭൻ നായർ ജീവിതമാസ്വദിക്കുവാൻ തുടങ്ങിയത്. തിരുവനന്തപുരം ആകാശവാണിയിൽ ജോലിയുണ്ടായിരുന്നതുകൊണ്ട് അമ്മ ശാന്താ പി നായർ ഇടയ്ക്കിടെ വന്നുപോകുകയായിരുന്നു പതിവ്. കൊച്ചുമക്കളുമായിട്ടുള്ള ജീവിതമായിരുന്നു ഏറ്റവും വലിയ ആനന്ദം. ഞങ്ങളുടെ സ്റ്റുഡിയോയിൽ പതിവായി വന്നുപോകുന്ന ശബ്ദകലാകാരന്മാരുമായിട്ടുള്ള ഇടപഴകൽ, പഴയ

സന്തതസഹചാരികളുടെ പതിവു സന്ദർശനം, 'അമ്പിളി അമ്മാവൻ' മലയാളം പതിപ്പിന്റെ വിവർത്തനം ഇതെല്ലാം അച്ഛന്റെ ദിനചര്യകൾ സമ്പന്നമാക്കി.

സിനിമ കുറഞ്ഞപ്പോൾ പതിവായി വന്നുകൊണ്ടിരുന്ന വ്യക്തിയായിരുന്നു ശ്രീ. അടൂർഭാസി. അതിനൊരു കാരണവുമുണ്ട്. ഇദ്ദേഹത്തെ റേഡിയോ നടനാക്കിയത് പത്മനാഭൻ നായരായിരുന്നു. മറ്റൊരു സന്ദർശകൻ ഭാസിയുടെ ജ്യേഷ്ഠസഹോദരനായ ചന്ദ്രാജിയായിരുന്നു. മലയാള ചലച്ചിത്ര പരിഷത്തിന്റെ സ്ഥാപക നേതാക്കളിലൊരാളായ അച്ഛനെ കാണുവാൻ മറ്റൊരു പ്രവർത്തകനും സിനിമാനിർമ്മാതാവുമായ മഞ്ഞിലാസിന്റെ ശ്രീ. എം ഒ ജോസഫും പതിവു സന്ദർശകനായിരുന്നു. അച്ഛനേറ്റവും കൂടുതൽ സന്തോഷിച്ചിട്ടുള്ളത് ഞാൻ സംഘടിപ്പിച്ചിരുന്ന വർഷം തോറുമുള്ള പുതുവർഷക്കൂട്ടായ്മയായിരുന്നു. അച്ഛന്റെ പഴയ ചങ്ങാതിമാരെയെല്ലാം ഈയാഘോഷത്തിനു ക്ഷണിക്കുമായിരുന്നു.

ഞങ്ങളുടെ ഗാനമേള പര്യടനത്തിലെ വിദേശ യാത്രകൾ കഴിഞ്ഞു മടങ്ങിയെത്തുമ്പോൾ സന്ദർശിച്ച നാടുകളെക്കുറിച്ച് അച്ഛൻ വിശദമായി ചോദിച്ചറിയാറുണ്ട്. എന്റെ യാത്രാവിവരണങ്ങൾ കൗതുകത്തോടെ കേൾക്കുകയും ചെയ്യും. എന്തുമറിയാനുള്ള ഉദ്വേഗവും ആവേശവും പത്മനാഭൻ നായരുടെ മാത്രം സവിശേഷതയാണ്. ഇതറിഞ്ഞുകൊണ്ടുതന്നെയാണ് ഒരു ഗോവൻ യാത്രയ്ക്ക് അച്ഛനെക്കൂടി കൊണ്ടുപോയത്. ഗോവയുടെ തുറമുഖ പട്ടണമായ വാസ്കോയിലായിരുന്നു എന്റെയും ലതയുടെയും ഗാനമേള. പരിപാടി സശ്രദ്ധം കേട്ടതിനുശേഷം വിശകലനത്തോടെ അഭിപ്രായം പറയുകയും ചെയ്തു. മദിരാശി സാമാജികരുടെ തലതൊട്ടപ്പനായ അച്ഛനെ വാസ്കോ സമാജം പ്രവർത്തകർക്ക് പരിചയപ്പെടുത്തിയതും പുതിയൊരനുഭവമായിരുന്നു. ഗോവയിലെ പ്രധാന പട്ടണങ്ങളെല്ലാം ഞങ്ങൾ അച്ഛനെ കാണിക്കുകയുണ്ടായി. പ്രത്യേകിച്ച് പഴയ ഗോവയിലെ സെന്റ് ഫ്രാൻസിസ് സേവ്യറിന്റെ ശവകുടീരവും ഭൗതികശരീരവും ഏറെ കൗതുകമുണർത്തിയ കാഴ്ചകളായിരുന്നു. അക്കാലത്ത് ഗോവയിൽ ബിയറിന് മൂന്നു രൂപയായിരുന്നു. അച്ഛന്റെ ഇഷ്ടപാനീയത്തിന് വെറും മൂന്നു രൂപയെന്നതും അത്ഭുതപ്പെടുത്തി.

ഭാര്യാ പിതാവെന്നതിലുപരി ബഹുമുഖപ്രതിഭയായ പത്മനാഭൻ നായരുമായി ഞാനടുത്തിടപഴകാൻ തുടങ്ങിയത് 1985 മുതല്ക്കാണ്. ഏതാണ്ട് 16 വർഷത്തെ മനസ്സും ശരീരവും തളരാത്ത സുദൃഢബന്ധമെന്നു വിശേഷിപ്പിക്കാം. ആ ബന്ധത്തിൽ സംഗീതവും പ്രക്ഷേപണവും രാഷ്ട്രീയവും സിനിമയുമൊക്കെ വിഷയമായിരുന്നു. വാർദ്ധക്യത്തിലേക്ക് കടന്ന ശാന്താ പി നായരും പത്മനാഭൻ നായരും എന്റെയും ലതയുടെയും കൊച്ചുമക്കളായ അനുപമയുടെയും ആലാപിന്റെയും സ്നേഹവാത്സല്യങ്ങൾ ഏറെ നുകർന്നിരുന്നു. 2001 ജനുവരിയിൽ അനുപമയുടെ വിവാഹത്തിന് അച്ഛൻ ഊർജ്ജസ്വലതയോടെയാണ് പങ്കെടുത്തത്. എന്നാൽ മാർച്ച് മാസമായതോടെ അച്ഛന്റെ ആർജ്ജവവും ഉത്സാഹവും പെട്ടെന്നു മങ്ങാൻ തുടങ്ങി.

വേനലിന്റെ കൊടുംചൂടിൽ മനസ്സിൽ തീ കോരിയിട്ടുകൊണ്ട് ഏപ്രിൽ 21 ന് അച്ഛൻ അനന്തവിഹായസ്സിലേക്ക് പറന്നുയരുകയായിരുന്നു.

കാലം അതിന്റെ വേഗതയിൽ ഏഴു വർഷം കൂടി പിന്നിട്ടപ്പോൾ കൊച്ചുമകൻ ആലാപിന്റെ കല്യാണത്തിനും അമ്മൂമ്മ സന്തോഷത്തോടെ പങ്കെടുത്തു. അഞ്ചുമാസം കഴിഞ്ഞപ്പോഴേക്കും ശാന്താ പി നായരും രോഗ ബാധിതയായി 2006 ജൂലൈ മാസം 26 ന് മലയാള സിനിമാ സംഗീത ത്തിന്റെ പൂമാലയായിമാറിയ ആ അനശ്വര ഗായിക ചക്രവാളങ്ങൾക്കപ്പുറം തിരമാലയായി. ഈ സംഗീതസാഹിത്യ ജോഡികളെന്നും ഞങ്ങളുടെ മന സ്സിൽ ജ്വലിച്ചുകൊണ്ടേയിരിക്കും.

9 789388 485197

Printed by Libri Plureos GmbH in Hamburg,
Germany